निरोगी जीवनासाठी सरळ-सोपी आरोग्यसूत्रे!

रोजच्या जीवनातील
आयुर्वेद

वैद्या वर्षा संजय माळी

डायमंड पब्लिकेशन्स

रोजच्या जीवनातील आयुर्वेद
वैद्या वर्षा संजय माळी

Rojachya Jivanatil Aayurved
Vaidyaa Varsha Sanjay Mali

प्रथम आवृत्ती : डिसेंबर २०१५

ISBN : 978-81-8483-648-6

© डायमंड पब्लिकेशन्स

मुखपृष्ठ
शाम भालेकर

मद्रक
Repro India Limited, Mumbai.

प्रकाशक
डायमंड पब्लिकेशन्स
२६४/३ शनिवार पेठ, ३०२ अनुग्रह अपार्टमेंट
ओंकारेश्वर मंदिराजवळ, पुणे–४११ ०३०
☎ ०२०–२४४५२३८७, २४४६६६४२
info@diamondbookspune.com

ऑनलाईन पुस्तक खरेदीसाठी भेट द्या
www.diamondbookspune.com

प्रमुख वितरक
डायमंड बुक डेपो
६६१ नारायण पेठ, अप्पा बळवंत चौक
पुणे–४११ ०३० ☎ ०२०–२४४८०६७७

माझे वडील कै. श्री. विठ्ठल महादेव इरळे
यांना समर्पित!

मनोगत

'रोजच्या जीवनातील आयुर्वेद' हे माझे पहिले पुस्तक वाचकांसमोर ठेवत असताना मला आनंद होत आहे. हे पुस्तक लिहिण्यामागे विशिष्ट असे प्रयोजन आहे.

आपले मानवी शरीर हे हजारो, लाखो वर्षांपासून निसर्गचक्रानुसार चालत आलेले आहे. ज्या वेळी विजेचा शोध लागलेला नव्हता त्या वेळी माणसे दिवस मावळला की, जेवण करून झोपी जात असत व सकाळी सूर्य उगविण्यापूर्वी उठून कामाला लागत असत. त्या वेळी त्यांचा दिवस हा निसर्गनियमानुसार व दिनक्रमानुसार चालत असे; त्यामुळे पूर्वीची माणसे ४० वर्षेवयानंतरच चष्मा व ५० वर्षांनंतरच मधुमेह व रक्तदाब यांना सामोरे जात असत. तसेच पूर्वीचा आहार हा कसदार, योग्यपद्धतीने, योग्यवेळी घेतला जात असे; त्यामुळे सध्याच्या काळाच्या तुलनेत पूर्वीची माणसे ही अधिक निरोगी असत असे मला वाटते. याचा प्रत्यय आपल्याला आपल्या घरातील वृद्ध माणसांना बघितल्यावर येतोच.

परंतु, सध्याच्या या संगणकीय, धकाधकीच्या व स्पर्धात्मक युगामध्ये मनुष्य हा दिनचर्येच्या नियमांच्या विरुद्ध आचरण करत आहे म्हणजे दुपारचे जेवण वेळ मिळेल तेव्हा ३-४ वाजता. पुन्हा रात्री उशिरा जेवणे व उशिरा झोपणे. अशा प्रकारच्या आचरणामुळे दिवसेंदिवस लहान वयापासूनच आजार होण्याचे प्रमाण वाढले आहे.

आपला दिनक्रम कसा असावा, आहाराच्या योग्यपद्धती कोणत्या आहेत याचे विस्तृत वर्णन एका शास्त्रात केलेले आहे ते म्हणजे आयुर्वेद शास्त्र!

हे पुस्तक लिहिण्यामागचे पहिले प्रयोजन असे की, आयुर्वेद हे आपले प्राचीन भारतीय वैद्यकशास्त्र असून, फक्त काहीच लोकांना या शास्त्राविषयी थोडीफार माहिती आहे. या शास्त्रामध्ये व्यक्तीने निरोगी राहण्यासाठी काय करावे, याबद्दल ही माहिती आहे. परंतु; यातील माहिती लोकांपर्यंत पोहोचत नसल्यामुळे एका चांगल्या शास्त्रातील माहितीपासून अनेक लोक वंचित रहात आहेत असे मला वाटते; त्यामुळे लोकांमध्ये आयुर्वेदाविषयी जागरूकता निर्माण व्हावी. त्यासाठी सर्वसामान्यांना समजेल अशा भाषेमध्ये सर्व माहिती लिहिण्याचा प्रयत्न केलेला आहे.

तसेच माझ्या ८-९ वर्षाच्या वैद्यकीय व्यवसायामधील अनुभव असा की,

बहुतेक सर्व आजार हे अयोग्य दिनक्रम व अयोग्य आहारपद्धती यामुळे होतात. त्यामुळे रुग्णाचा आजार जर मुळासह नाहीसा करायचा असेल तर त्याला दिनचर्या, ऋतुचर्या, आहार याविषयी माहिती देणे आवश्यक आहे असे मला जाणवले. परंतु, वेळेअभावी सर्व माहिती प्रत्येक रुग्णाला देता येतेच असे नाही. त्यामुळे माझ्या मनात आले की, आपण आयुर्वेदामधील काही महत्त्वाच्या मुद्द्यांचे थोडक्यामध्ये एकत्रीकरण करून रुग्णांना पुस्तकरूपाने दिल्यास, त्यांच्यापर्यंत बरीचशी माहिती पोहचू शकेल. त्यामुळे हे पुस्तक रुग्ण व स्वस्थ व्यक्ती या दोघांनाही उपयोगी पडेल अशी मला खात्री आहे.

हे पुस्तक लिहीत असताना मला माझ्या कुटुंबाची मदत झाली. तसेच डायमंड पब्लिकेशन्सने माझे पुस्तक प्रकाशित केले त्याबद्दल मी डायमंड पब्लिकेशन्सची ऋणी आहे. डायमंड पब्लिकेशन्समधील सर्व सहकाऱ्यांचीही आभारी आहे. प्रत्यक्ष व अप्रत्यक्षपणे ज्यांनी मला मोलाची मदत केली त्या सर्वांचे आभार.

वाचकांसाठी एक नम्र विनंती, वाचकांना हे पुस्तक कसे वाटले याविषयी माझ्या पत्त्यावर अभिप्राय व सूचना कळवाव्यात. हे पुस्तक आपल्याला नक्कीच आवडेल, अशी आशा व्यक्त करते.

वैद्या वर्षा संजय माळी

अनुक्रम

१ आयुर्वेद शास्त्राबद्दल माहिती

जगभर सध्या अनेक चिकित्सापद्धती अस्तित्वात आहेत. भारतातही त्या चिकित्सापद्धतींचे आगमन झालेले असून, बरेचजण त्यांचा लाभ घेत आहेत. परंतु, आयुर्वेद हे भारतातील म्हणजेच स्वदेशी असे प्राचीन वैद्यकशास्त्र आहे. इंग्रज भारतात येण्यापूर्वी आपण आपले रोगनिवारण करण्याकरिता आपल्या स्वदेशी आयुर्वेद चिकित्सा पद्धतींचाच वापर करत होतो; परंतु, इंग्रजांच्या Allopathy ची औषधी आल्यानंतर आयुर्वेद चिकित्सापद्धतींचा हळूहळू ऱ्हास झाला. मधली बरीच शतके आयुर्वेदाला वाईट दिवस आले होते, असे म्हणावयास हरकत नाही. आयुर्वेदाचे हे रोपटे नाहीसे होते की काय? अशी भीती वाटत होती. परंतु, म्हणतात ना, 'चार दिवस सासूचे, चार दिवस सुनेचे', त्यानुसार आयुर्वेदालासुद्धा सध्या चांगले दिवस येत आहेत. दिवसेंदिवस आयुर्वेदाची लोकप्रियता वाढत आहे, आयुर्वेदाबद्दल लोकांना विश्वास वाटू लागला आहे; त्यामुळे यापुढेही आपल्या स्वदेशी वैद्यकशास्त्राला चांगले दिवस येतील, असे वाटते.

परंतु, या चिकित्सापद्धतीबद्दल अथवा शास्त्राबद्दल अजूनही बऱ्याचजणांना हवी तशी माहिती नाही. जसे, या शास्त्रामध्ये आहाराचे वर्णन कसे आहे? दिनचर्या, ऋतुचर्या म्हणजे काय? पंचकर्म म्हणजे काय? व कोणते? अशा अनेक विषयांसंबधी आपण अनभिज्ञ आहोत; त्यासाठी सर्वसामान्य लोकांना समजेल असे, तसेच व्यवहारी भाषेत लोकांना आयुर्वेद समजावा व याप्रमाणे त्यांनी आपल्या आरोग्याचे रक्षण करावे व झालेल्या व्याधींचे रोगनिवारण करावे, यासाठी हा माझा प्रयत्न आहे. आता थोडक्यात, आयुर्वेद या शास्त्राबद्दल माहिती घेऊ या. आयुर्वेद हा अथर्ववेदाचा उपवेद आहे, असे म्हटले जाते. आयुर्वेदाचे ज्ञान करून देणाऱ्या बऱ्याच संहिता उपलब्ध आहेत. परंतु, त्यामध्ये चरकसंहिता, सुश्रुतसंहिता, वाग्भटसंहिता या मुख्य संहिता आहेत.

आता आयुर्वेद म्हणजे काय? याचे वर्णन पाहूया.

१) आयु संबंधीची माहिती या वेदांमध्ये आहे म्हणून याला 'आयुर्वेद' म्हणतात.

२) आयुर्वेदाची व्याख्या–

'हिताहितम् सुखम् दुःखम् आयुतस्य हिताहितम् ।
मानं च तच्च यत्रोक्तं आयुर्वेदः स उच्यते ।।' (च.सू.१/४१)

आयुष्यासाठी जे हितकर–अहितकर, सुखकर–दुःखकर आहे याचे वर्णन अथवा परिमाण ज्यामध्ये मिळते तो 'आयुर्वेद' होय.

आयुर्वेदाचे ध्येय

स्वस्थस्य स्वास्थ रक्षणम् आतूरस्य व्याधी प्रशनम् ।

म्हणजेच स्वस्थ व्यक्तीच्या स्वास्थाचे रक्षण करणे व रोगी व्यक्तीच्या रोगांचा नाश करणे हे 'आयुर्वेद ध्येय' आहे.

तर आता, आयुर्वेदानुसार स्वस्थ व रोगी कोण?

रोगस्तु दोषवैषम्यं दोषसाम्यमरोगता ।   (अ.सं.सू.)

म्हणजेच दोषांमध्ये वैषम्य असेल तर तो रोगी व दोष जर साम्यावस्थेत असतील तर स्वस्थ; तर आता दोष म्हणजे काय? असा प्रश्न पडतो.
आयुर्वेदानुसार,

दोषधातूमलमूलंहि शरीरम् ।।

दोष, धातू, मल हे शरीराचे पायाभूत घटक आहेत. यांची संख्या दोष–३, धातू–७, मल–३.

यामध्ये दोष म्हणजे वात, पित्त, कफ हे त्रिदोष आहेत.

वायु: पित्तं कफ श्चेति त्रयो दोषाः समासताः ।।

हे तीन दोष जेव्हा साम्यावस्थेत असतात तेव्हा ते शरीराचे रक्षण करतात; पण जेव्हा या दोषांमध्ये वृद्धी अथवा क्षय होतो त्या वेळी विकृती निर्माण होऊन व्याधी निर्माण होतात; म्हणजेच त्रिदोषांच्या साम्यावस्थेला शरीराच्यादृष्टीने महत्त्व आहे; म्हणून या दोषांविषयी थोडक्यात माहिती घेऊ. या त्रिदोषांचे पुन्हा ५ प्रकार पडतात. प्रथम वाताचे स्थान, गुण व प्रकार याबद्दल माहिती–

वाताचे स्थान

पक्काशय कटी सक्थी स्रोतांसी स्पर्शनेंद्रियम् ।
स्थानम् वातस्य तत्र अपी पक्काधानम् विशेषतः ।।

मोठे आतडे, कंबर, मांड्या, त्वचा ही वाताची मुख्य स्थाने आहेत. त्यामध्येही पक्काशय हे त्यामधील मुख्य स्थान आहे.

वाताचे गुण

तत्र रुक्षो लघुः शीतः खरः सूक्ष्मच्चलोऽनिलः ।

वाताचे रुक्ष, हलका, थंड, खरखरीत, सूक्ष्म म्हणजे सूक्ष्मातिसूक्ष्म स्रोतसांमध्ये कार्य करणारे असे गुण आहेत. चिकित्सा करताना या गुणांच्या विरुद्धगुणांची द्रव्ये वातशमनासाठी वापरावी लागतात.

प्रकार

प्रकार	स्थान	कार्य
१) प्राण	डोके	हवा, पाणी, अन्न शरीरामध्ये घेणे. बुद्धी व मनाचे कार्य. इंद्रियांच्या कार्यांचे नियमन.
२) उदान	छाती	बोलणे, उच्छ्वास, प्राकृत वर्ण.
३) व्यान	हृदय	रसरक्तधातू सर्व शरीरभर पसरविणे.
४) समान	ग्रहणी (पचनसंस्थेतील भाग)	सम्यक पचन घडविणे. मल व आहाररसाचे पृथक्करण करणे.
५) अपान	गुद	मल, मूत्र आर्तव म्हणजे मासिक पाळी यांच्या प्राकृत कार्यावर नियंत्रण. गर्भधारणा होणे, प्रसूती होणे.

पित्त : व्यवहारामध्ये पित्त म्हणजे Acidity असा अर्थ काढला जातो. परंतु, ते पित्त वेगळे असते आणि त्रिदोषांपैकी हे पित्त हे निराळे आहे. हाही एक महत्त्वाचा दोष आहे.

पित्ताचे गुण

पित्तं सस्नेहतीक्ष्णोष्णं लघु विस्रं सरं द्रवम् ।।

(वा.सू.)

म्हणजेच हे उष्ण, तीक्ष्ण, लघु, विस्रं, द्रवं व स्निग्ध गुणांचे आहे.

पित्ताचे स्थान

नाभिरामाशय स्वेदोलसीका रुधिरं रसः ।
दृक स्पर्शनं च पित्तस्य नाभिरत्र विशेषतः ।।

(वा.सू.१२/३)

नाभी, आमाशय, स्वेद, लसिका, रक्त, रस, दृष्टी व त्वचा ही पित्ताची प्रमुख स्थाने आहेत. परंतु, नाभी म्हणजेच बेंबीजवळ हे विशेष स्थान आहे.

पित्ताचे प्रकार : पित्ताचे पाच प्रकार पडतात.

१) पाचक पित्त
२) साधक पित्त
३) आलोचक पित्त
४) भ्राजक पित्त
५) रंजक पित्त

प्रकार	स्थान	कार्य
१) पाचक पित्त	बेंबी	पचन करणे
२) साधक पित्त	हृदय	मन, बुद्धी व्यापार योग्य करणे
३) आलोचक पित्त	डोळे	पदार्थाचे ज्ञान करून देणे
४) भ्राजक पित्त	त्वचा	नितळकांती व वर्ण त्वचेस देणे
५) रंजक पित्त	यकृत, प्लीहा	रक्तधातू निर्मिती

वरील प्रकारांचा विचार वैद्य करून व्याधींमध्ये पित्ताच्या कोणत्या प्रकारचा समावेश आहे यानुरूप चिकित्सा ठरवितो.

आपणास फक्त माहीत असावे यासाठी वरील वर्णन केलेले आहे.

कफ : कफ म्हटले की, आजीचे वाक्य आठवते, 'छाती कफाने भरलेली आहे.' परंतु, त्रिदोषांपैकी हा कफ थोडा वेगळा आहे.

हा असा दोष की, ज्याने शरीरधारणार्थामध्ये अनेक परमाणुंचा संयोग होऊन तो टिकून रहावा लागतो. या द्रव्याश्रयी शक्तीला 'कफ' म्हणतात.

कफ गुण

स्निग्धः शीतो गुरुर्मन्दः श्लक्ष्णो मृत्स्नः स्थिरः कफः ।।

(वा.सू.)

कफ हा स्निग्ध, शीत, पचनास जड, मंद, श्लक्ष्ण, मृत्स्न व स्थिर गुणांचा आहे.

उरः कण्ठ शिरः क्लोमपर्वाण्यामाशयो रसः ।
मेदो घ्राणंच जिव्हा च कफस्य सुतरां उरः ।।

(वा.सू.)

कफाचेही पाच प्रकार पडतात.

१) क्लेदक कफ
२) श्लेष्मक कफ
३) तर्पक कफ
४) अवलंबक कफ
५) बोधक कफ

प्रकार	स्थान	कार्य
१) क्लेदक कफ	आमाशय (पोट)	घेतलेल्या अन्नाचे सूक्ष्मीकरण (बारीक) करणे व त्याला द्रवत्व (पातळपणा) प्राप्त करणे.
२) श्लेष्मक कफ	सांधे	संधिस्थित कफामुळे अस्थिंचे परस्परांशी घर्षण होत नाही.
३) तर्पक कफ	डोके	मस्तिष्कामधील महत्त्वाच्या केंद्राचे पोषण करणे.
४) अवलंबक कफ	छाती	श्वसन क्रिया-हवा आत घेणे व बाहेर टाकणे हृदयाचे पोषण करणे.
५) बोधक कफ	जीभ घसा (कण्ठ)	रसांच्या चवीचे ज्ञान करून देणे.

अशा प्रकारे आयुर्वेदामध्ये त्रिदोष हे महत्त्वाचे मानले जातात. हे चिकित्सापद्धतींचे पायाभूत घटक आहेत. त्रिदोषांपैकी कोणता दोष बिघडला आहे यानुसार चिकित्सा ठरविली जाते.

धातू : व्यवहारामध्ये धातू म्हणजे स्टील, तांबे असे आपणास माहिती असते. परंतु, आयुर्वेदामध्ये- धारणात् धातवः ।

शरीराचे जे धारण करतात त्यांना 'धातू' म्हणतात. आयुर्वेदामध्ये सप्तधातूंचे वर्णन आहे.

रस, रक्त, मांस, मेद, अस्थि, मज्जा, शुक्र.

धातूंबद्दल माहिती घेताना आपणास त्यांचे कार्य धातू वाढल्याची लक्षणे, कमी झाल्याची लक्षणे, कमी झाल्यास वाढविण्यास उपयुक्त औषधी, आहार, विहार, याविषयी माहिती घ्यावयाची आहे.

प्रथम आपण धातू कसे निर्माण होतात, याबद्दल माहिती घेऊ.

प्रथम 'रस धातू' म्हणजे कोणता? हे आपणास कळणे आवश्यक आहे; तर आपण दैनंदिन जो आहार घेतो तो पचल्यानंतर जो सारभाग म्हणजेच आहाररस निर्माण होतो; हा आहाररस सूक्ष्म असतो. तो रसधातूच्या म्हणजे स्थानाच्या ठिकाणी आल्यानंतर रसाग्निमुळे त्याचे पुनः पचन होते व त्यापासून 'रसधातू' तयार होतो. या रसधातूपासून नंतर क्रमाने त्यापुढील धातू तयार होतात. उदा. रसापासून रक्त, रक्तापासून मांस...अशा प्रकारे उत्तरोत्तर धातू निर्माण होतात. परंतु, याविषयीही मतमतांतरे आहेत.

सप्तधातूंचे कार्यही दोषांप्रमाणे महत्त्वाचे असते. त्यांची माहिती पुढीलप्रमाणे-

धातू	अग्नि	स्थान	उपधातू	मल
रस	रसाग्नि	हृदय, दशधमन्या	स्तन्य, रज	कफ
रक्त	रक्ताग्नि	यकृत, प्लीहा	सिरा, कण्डरा	पित्त
मांस	मांसाग्नि	त्वचा, स्नायू	वसा, त्वचा	नाकातील मळ, कानातील मळ
मेद	मेदाग्नि	वृक, कटी	सिरा स्नायू	स्वेद
अस्थि	अस्थाग्नि	मेदा, जघन		नख, केस
मज्जा	मज्जाग्नि	अस्थि, संधि		नेत्र, त्वचा पुरीषमधील स्नेह
शुक्र	शुक्राग्नि	वृषण, मूत्रेंद्रिय		ओज

धातू	कार्य	वृद्धी लक्षणे	क्षय लक्षणे	क्षय भरून काढणारे घटक
१) रस धातू	तृप्ती करणे.	मळमळ, तोंडाला पाणी सुटणे.	शरीररुक्षता. अनुत्साह. वारंवार तहान लागणे. चिडखोर होणे. आवाज सहन न होणे.	उसाचा रस दूध सरबते लाजामंड, द्राक्षे, शहाळे, शतावरी
२) रक्त धातू	जीवन म्हणजे प्राणधारण करणे.	त्वचा, डोळे लाल होणे.	आंबट व थंड खाण्याची इच्छा. त्वचा रुक्ष व पांढरी, निस्तेज.	लोहभस्म,मण्डूर, सुवर्ण भस्म डाळिंब, अंजीर
३) मांस	शरीरावर लेपन करणे.	अवयव अधिक मोठे व जाड.	अवयव बारीक व सुकल्याप्रमाणे.	केळी, खजूर, मांस, शतावरी सारखी औषधी
४) मेद	सर्वांगाला स्नेहन करणे.	अंगस्निग्ध, उदर, पार्श्व याठिकाणी मेदोवृद्धी. श्वासक्रियेला अडथळा, शरीराला दुर्गंध.	शरीर कृश. संधिच्या शुष्कता.	तूप, लोणी, मासे

धातू	कार्य	वृद्धी लक्षणे	क्षय लक्षणे	क्षय भरून काढणारे घटक
५) अस्थिधातू	शरीर धारण करणे.	हाडावर हाड वाढते. दातावर दात येतात.	दात व नखे रुक्ष व दुभंगले जातात. केस गळणे. केस पिकणे.	प्रवाळ, शंख, भस्म, दूध, लोणी, नाचणी, सीताफळ.
६) मज्जा	अस्थिंचे पूरण करणे. नेत्र, त्वचा, पक्वाशय स्निग्धता. मनोबल वाढविणे. त्वचेचा प्राकृतवर्ण.	सर्वांग जड. डोळ्यांवर परिणाम.	हाडांना पोकळता. भ्रम. डोळ्यांसमोर अंधारी.	बदाम. अभ्रकभस्म. ब्राह्मीवटी, तूप.
७) शुक्र	गर्भोत्पत्ती	अतिकामता.	उशिरा शुक्रप्रवृत्ती.	अश्वगंधा. उडीद. वंगभस्म. रौप्यभस्म.

मल : आहारपचनानंतर सारभाग व किट्टभाग असे विभाजन होते. त्यामध्ये सारभाग म्हणजेच आहाररस की, ज्यापासून पुढे धातूनिर्मिती होते. परंतु, किट्टभाग म्हणजे टाकाऊ घटक की जे पुरीष व मूत्र आहेत; त्यामधील द्रव मलाला 'मूत्र' आणि घन व पिंडीभूत मलाला 'पुरीष' म्हणतात.

त्वचेवाटे बाष्परूपाने जो मल बाहेर पडतो त्याला 'स्वेद' अथवा 'घाम' म्हणतात; म्हणून पुरीष, मूत्र, स्वेद हे आपल्या शरीरातील मल असून, त्यांचे उत्सर्जन नियमित होणे आवश्यक असते; नाहीतर त्यांचे वाईट परिणाम शरीरावर दिसून येतात.

आयुर्वेदाचे जे मूळ आहे याविषयी आपण याठिकाणी थोडक्यात माहिती घेतलेली आहे.

२ दिनचर्या व ऋतुचर्या

मागील पाठात आपण वाचले आहे की, त्रिदोषांच्या साम्यावस्थेमध्ये जेव्हा बिघाड होतो, त्या वेळी व्याधी होतात.

या होणाऱ्या व्याधी टाळण्यासाठी त्रिदोष साम्यावस्थेत असणे गरजेचे असते. त्रिदोष साम्यावस्थेत रहाण्यासाठी काही गोष्टींचे योग्यरीतीने पालन करणे गरजेचे असते. यामध्ये आपण आपल्या दिनचर्या, ऋतुचर्येचे योग्य त्या पद्धतीने पालन करणे आवश्यक असते. त्यामुळे सर्वप्रथम दिनचर्या व ऋतुचर्या याविषयी आपल्याला माहिती असणे आवश्यक आहे. या दोन्ही गोष्टींची आयुर्वेदीय ग्रंथांमध्ये सविस्तर माहिती मिळते. हिच माहिती थोडक्यात व आपल्या भाषेत मी या ठिकाणी देण्याचा प्रयत्न करते. सर्वप्रथम या ठिकाणी दिनचर्येचे वर्णन-

आता, 'दिनचर्या' म्हणजे काय?

तर, दिनचर्या म्हणजे-दिन म्हणजे 'दिवस' व चर्या म्हणजे 'आचरण.'

सकाळी उठल्यापासून रात्री झोपेपर्यंत आपण कोणकोणत्या गोष्टी करावयाच्या याचे वर्णन दिनचर्येमध्ये मिळते; यामुळे आपण भविष्यामध्ये होणाऱ्या व्याधी टाळू शकतो. दिनचर्येमध्ये प्रथम उठण्याची वेळ महत्त्वाची आहे.

आयुर्वेदानुसार स्वस्थ व्यक्तीने -

ब्रह्ममुहूर्ते उत्तिष्ठेज्जीर्णाजीर्ण निरुपयन ।

(अ.सं.सू. ।।२।।)

स्वस्थ व्यक्तीने रात्री घेतलेल्या अन्नाचे योग्य पचन झाले आहे की नाही, याचा अंदाज घेऊन ब्राह्ममुहूर्तावर उठावे असे वर्णन आहे.

आता, ब्राह्ममुहूर्त म्हणजे कोणती वेळ?

तर, सूर्योदयापूर्वी १ $^{१}/_{२}$ ते २ तास म्हणजे सकाळी ४ ते ५ ची वेळ ही 'ब्राह्ममुहूर्त' होय.

नंतर प्रथम आपली शौचविधीकर्मे म्हणजेच मलमूत्र विसर्जन, दात घासणे, जिभ साफ करणे ही कामे करून घ्यावीत.

दात घासण्यासाठी : तुरट, कडू, तिखट रसांच्या द्रव्यांची म्हणजे खैर, करंज, दालचिनी, लवंग, त्रिफळा यांनी तयार केलेली पावडर वापरावी.

काही आचार्यांच्या मतानुसार, गोड रसांच्या द्रव्यांची पावडर ही दात घासण्यासाठी आपण वापरू शकतो. उदा. ज्येष्ठमध. सध्या या पावडरींनी ब्रशच्या साहाय्याने दात घासू शकतो; अथवा सध्या या द्रव्यांनी बनविलेल्या टुथपेस्टही बाजारामध्ये उपलब्ध आहेत, याचाही वापर दात घासण्यासाठी आपण करू शकतो. तसेच अनेक दंतमंजनही बाजारामध्ये उपलब्ध आहेत. यानंतर जिभेवर साचलेला पांढरा थर साफ करणे गरजेचे आहे; कारण यामुळे तोंडाला दुर्गंधी येते व पदार्थांचे रसज्ञान कमी होते.

डोळ्यांसाठी : त्यानंतरचे कर्म म्हणजे 'अंजन घालणे.'

अंजन म्हणजे डोळ्यांना हितकर असे सौवीरांजन, रसांजन, डोळ्यांमध्ये घालावे. सौवीरांजन हे दररोज घातल्यामुळे डोळे स्वच्छ व निर्मळ होतात. डोळ्यांचे तेज व दृष्टी वाढते. डोळ्यांचे विकार होत नाहीत. रसांजन हे आठवड्यामधून एक वेळा करावे, असे आचार्यांचे मत आहे.

नस्य : नस्य म्हणजे दोन्ही नाकपुड्यांमध्ये औषधी तेल, तूप टाकणे होय; यामुळे मानेच्यावरील इंद्रियांचे व्याधी आपण टाळू शकतो. उदा. केस गळणे, पिकणे, वारंवार होणारी सर्दी, डोळ्यांचे आजार, मानसिक आजार, निद्रानाश अशा अनेक व्याधींना आपण टाळू शकतो.

गंडूष : गंडूष म्हणजे औषधी स्नेह अथवा काढ्याने गुळण्या करणे; त्यामुळे दातांचे, तोंडाचे, ओठांचे व्याधी होत नाहीत व जिभेला चव नसणे, तोंडाची दुर्गंधी हे विकार नाहीसे होतात.

अभ्यंग : वाताचे आश्रयस्थान त्वचा आहे आणि त्यामुळे त्वचेसाठी तैलाभ्यंगासारखा लाभकारी उपक्रम नाही; म्हणून दररोज औषधींनी सिद्ध केलेल्या तेलाने ऋतुनुसार सुखोष्ण अथवा शीत तेलाने अभ्यंग करावा.

फायदे – शरीर पुष्ट, मजबूत होते.

पादाभ्यंग म्हणजेच पायाला अभ्यंग केल्याने डोळ्यांसाठी व मेंदूसाठी हितकारी

ठरते. अभ्यंग हा डोके, कान, मांड्या, छाती, पोट, पाठ या सर्व ठिकाणी करावा. यासाठी निरनिराळी औषधीसिद्ध तेले वापरता येतात-तीळतेल, चंदनबलालाक्षादी तेल, खोबरेल तेल, धान्वंतर तेल; परंतु, ही तेले वैद्याच्या सल्ल्याने ऋतुनुसार वेगवेगळी वापरल्यास अधिक लाभ पहावयास मिळतो.

व्यायाम : शरीरायासजननं कर्म व्यायाम उच्चते ।

(अ.सं.सूत्रस्थान ।।६१।।)

शरीरामध्ये श्रम उत्पन्न करण्याच्या क्रियेला 'व्यायाम' म्हणतात.

फायदे

१) शरीराला हलकेपणा येतो.
२) पचनशक्ती वाढते.
३) शरीराला स्थिरत्व प्राप्त होते.
४) शरीराला सुडौलपणा प्राप्त होतो.
५) मेद कमी होतो.
६) म्हातारपण उशिरा येते.

व्यायाम किती प्रमाणात ऋतुनुसार करावा याचे वर्णन आयुर्वेदीय ग्रंथात दिलेले आहे.

हेमंत, शिशिर, वसंत ऋतुंमध्ये अर्धशक्ती व्यायाम करावा, असे वर्णन आहे. अर्धशक्ती व्यायाम म्हणजे घशाला कोरड पडणे, कपाळ, नाक, सांधे, काख या ठिकाणी घाम येऊ लागला म्हणजे 'अर्धशक्ती व्यायाम' झाला असे समजावे; इतर ऋतूत याहूनही कमी प्रमाणात व्यायाम करावा.

स्नान : दीपनं वृष्यमायुष्यं स्नानमूउर्जाबलप्रदम् ।

(अ.सं.सूत्र)

यानंतर ऋतुनुसार गरम अथवा गार पाणी घेऊन स्नान करावे. डोक्यावरून गरम पाण्याने स्नान करू नये यासाठी कोमट पाणी वापरावे; कारण यामुळे डोळ्यांचे व केसांचे आजार होण्याची शक्यता असते. वरील वर्णन स्वस्थ व्यक्तीसाठी आहे; रोगी व्यक्तीने आपल्याला सोसेल अशा गरम पाण्याने स्नान करावे.

फायदे

१) भूक लागते.
२) शरीर स्वच्छ होते.

३) आयुष्य वाढते.

४) ऊर्जा व बल प्राप्त होते.

अन्नपानविधी : यानंतर भुकेनुसार, योग्य मात्रेत, प्रसन्नमनाने जेवण घ्यावे.

रात्रीचर्या : सायंकाळनंतर सकाळी उठेपर्यंत आचारावयाच्या विधीला 'रात्रीचर्या' म्हणतात. रात्रीचे जेवण हे हलके, कमी प्रमाणात घ्यावे. रात्रीचे जेवण हे सूर्यास्तापूर्वी घ्यावे. सध्या हे शक्य नसले तरी रात्रीचे जेवण ७ ते ८ वाजण्याच्या सुमारास घेणे कधीही चांगले. रात्रीचे जेवण व झोप यामध्ये १$\frac{१}{२}$ ते २ तासांचे अंतर हवे. यानंतर झोपण्यासाठी मृदू, योग्य लांब-रुंद असा स्वच्छ बिछाना वापरावा.

सध्याच्या धावपळीच्या युगामध्ये वरील सर्व दिनचर्येचे पालन करणे शक्य होत नाही. परंतु, जेवढे शक्य होईल तेवढ्याचे पालन करण्याचा प्रयत्न करावा. यामुळे व्याधी टाळता येतील. म्हणतात ना 'Prevention is better than cure!'

ऋतुचर्या : ऋतुचर्या म्हणजे प्रत्येक ऋतुमध्ये आचरावयाची चर्या शिशिर, वसंत, ग्रीष्म, वर्षा, शरद, हेमंत हे ६ ऋतू आहेत. यामध्ये शिशिर, वसंत, ग्रीष्म या तीन ऋतूत सूर्य उत्तरेकडे सरकत जातो, यालाच आपण 'उत्तरायण' म्हणतो व या काळाला 'आदानकाळ' म्हणतात. या काळामध्ये उष्णता जास्त असल्याने बल कमी असते. वर्षा, शरद, हेमंत या ऋतुंच्या काळात सूर्य दक्षिण दिशेला सरकतो याला 'दक्षिणायन' म्हणतात. या काळाला 'विसर्गकाल' म्हणतात. या ऋतुंमध्ये चंद्राच्या शीत गुणांचा प्रभाव सतत पडत असल्याने व उष्णता कमी असल्याने मनुष्याचे बल वाढते.

ऋतु व महिने : साधारणतः हे ऋतू आपल्या मराठी महिन्यांनुसार त्या त्या महिन्यांमध्ये येतात. त्यामध्ये थोडा बदलही दिसून येतो. परंतु, ठोकळमानाने खालीलप्रमाणे-

ग्रीष्म	–	जेष्ठ + आषाढ
वर्षा	–	श्रावण + भाद्रपद
शरद	–	आश्विन + कार्तिक
हेमंत	–	मार्गशीर्ष + पौष
वसंत	–	चैत्र + वैशाख
शिशिर	–	माघ + फाल्गुन

वरील ऋतुनुसार आपणास आपला आहार व विहार ठरवावा लागतो. याची माहिती थोडक्यात पुढीलप्रमाणे-

१) हेमंत ऋतुचर्या

आहार : या ऋतुमध्ये थंडी अधिक असते; त्यामुळे बाहेरील थंड वाऱ्याने शरीराची उष्णता वाढून, पचनशक्ती वाढून, भूक चांगली लागते. त्यासाठी आपण स्निग्ध, बृहण करणारा म्हणजे शरीराची वाढ करणारा आहार घ्यावा. तसेच या ऋतुमध्ये गोड, आंबट, खारट रसांच्या पदार्थांचे सेवन करावे. तूपासारख्या स्निग्ध पदार्थांचा समावेश करावा. मांस, गूळ, उडीद, दूध, दुधाचे पदार्थ, नवीन तांदूळ यांचा समावेश आहारात करावा.

विहार

१) व्यायाम सोसेल इतक्या प्रमाणात करावा.
२) शौचास कोमट पाणी वापरावे.
३) अंगाला उटणे लावणे.
४) तेलाने मालीश करून नंतर गरम पाण्याने आंघोळ करणे.
५) उन्हात बसणे अथवा फिरणे.
६) बिछाना गरम असावा.

मद्यपान : मद्यपान जे करत असतील त्यांनी अधिक मात्रेत मद्य घेण्यास हरकत नाही. गुळापासून, मोहापासून बनविलेली मद्ये योग्य मात्रेत घेणे या ऋतुमध्ये हितकारी असतात.

२) शिशिर

या ऋतुमध्ये हेमंत ऋतुपेक्षा थंडी अधिक असते. तसेच रुक्षताही हवेत वाढलेली असते; त्यामुळे हेमंतात जे आहार-विहाराचे पालन करावयास सांगितले आहे, ते अधिक प्रमाणात करावे; तसेच या ऋतुमध्ये ज्वारीची भाकरी लोण्यासह खाणे, तीळगूळ खाणे असा आहारही अधिक सांगितला आहे.

३) वसंत

आहार : या ऋतूत निसर्ग बहरून येतो. झाडांना पाने, फुले बहरलेली दिसतात. या वेळी शिशिर व हेमंत ऋतुत साठलेला कफ वसंत ऋतुतील सूर्याच्या उष्णतेने पिघळला जातो; यामुळे पचनशक्ती होत असते आणि अनेक कफांचे आजार होत असतात. यासाठी आहारामध्ये गोड, आंबट, खारट रसांचे पदार्थ नसावेत. तसेच पचावयास जड असणारे, स्निग्ध, थंड पदार्थ आहारामध्ये नसावेत.

आहारामध्ये मध, जव, गहू, हरभरा, तूर, मूग, मसूर तसेच मसाल्याचे पदार्थ जसे मिरी, लवंग, दालचिनी, सुंठ, हिंग यांचा भरपूर वापर करावा.

विहार

१) व्यायाम करावा.
२) दिवसा झोपू नये.
३) बिछाना कापूसयुक्त गरम असावा.

तसेच या ऋतुमध्ये 'वासंतिक वमन' हा पंचकर्मातील उपक्रम करणे हितकारी असते. यामुळे साठलेला कफ उलटीच्या साहाय्याने काढला जातो.

मद्यपान : आहाराचे सम्यक पचन व्हावे यासाठी जेवणानंतर सौम्य मद्य हवे. यासाठी पंचकोलासव हे चांगले; तसेच मनुका, मध, उसाचा रस यांपासून बनविलेले मद्य वापरावे. मद्यपान या ऋतूत अल्प असावे.

४) ग्रीष्म

या ऋतूत सूर्याची किरणे प्रखर असतात. हवेत उष्णता वाढलेली असते; यामुळे मनुष्य व प्राणिमात्रांचे बल कमी होते त्यामुळे आजार होऊ नये म्हणून आहार-विहाराचे पालन करणे गरजेचे असते.

आहार

१) या ऋतुंमध्ये गोड, थंड, पातळ पदार्थ अधिक घ्यावेत. तसेच तांदूळ, दूध, तूप, द्राक्षे, नारळाचे पाणी, लिंबू सरबत, कोकम सरबत, वाळा सरबत अशांचा आहारामध्ये समावेश करावा.
२) तसेच कलिंगड, संत्री, मोसंबी अशा फळांचा रस, कैरीचे पन्हे यांचा समावेश दिवसभरात करावा.
३) तसेच जास्त तिखट, आंबट, खारट, उष्ण पदार्थांचे या ऋतूत सेवन करू नये.
४) नाचणीची आंबील या दिवसात पिणे हितकारी.
५) ताक सेवन करू नये.

विहार

१) हलके व पातळ कपडे घालावे.
२) थंड जागेमध्ये झोपणे. उदा. अंगण, गच्ची.
३) उन्हामध्ये फिरू नये.

या ऋतूमध्ये दिवसा झोपणे हितकारी असते म्हणून दिवसा थोडावेळ झोपावे.

मद्यपान : या ऋतूमध्ये मद्यपान टाळावे. सवय असल्यास मृदू अल्पप्रमाणात व भरपूर पाणी मिसळून घेण्यास हरकत नाही.

५) वर्षा ऋतू

वर्षा ऋतूमध्ये सतत पाऊस पडत असतो. नद्या व तलाव भरलेले असतात. निसर्ग बहरलेला असतो. परंतु, या ऋतुमध्ये पचनशक्ती कमी झालेली असते व त्यामुळे या ऋतुमध्ये आहार-विहाराचे योग्य पालन गरजेचे असते; व या ऋतुमध्ये वाताचा प्रकोप असतो; त्यामुळे विविध व्याधी होत असतात, त्या टाळण्यासाठी वर्षा ऋतुमधील ऋतुचर्या पाळणे गरजेचे असते.

आहार

१) आहारामध्ये गोड, आंबट, खारट रसांचे पदार्थ असावेत.

२) आहारात तूपासारखे स्निग्ध पदार्थ असावेत.

३) आहार हा पचण्यास हलका व पचनशक्ती वाढविणारा असतो.

४) पचनशक्ती वाढविणारे मसाल्याचे पदार्थ जसे हिंग, सुंठ, मिरे, आले, पुदीना यांचा वापर अधिक करावा.

५) अत्यंत द्रव, आहार घेऊ नये.

६) आहारात तळलेल्या व आंबवलेल्या पदार्थांचा समावेश कमी करावा.

७) सुंठीबरोबर शिजवून कडधान्याचे कढण (सूप) प्यावे.

विहार

१) डास, कीटक, साप, विंचू, जमिनीतून निघत नसतील अशा ठिकाणी रहावे व झोपावे.

२) गरम पाण्याने आंघोळ करणे.

३) दिवसा झोपू नये.

४) वातावरील बस्ती हा उपक्रम करून घेणे.

मद्यपान : मद्यपान टाळावे. घ्यावयाचे असल्यास मधापासून बनविलेले मद्य चांगले. द्राक्षारिष्ट, द्राक्षासव यांसारख्या आसव अरिष्टांचा उपयोग हितावह.

मद्य हे अल्पमात्रेत, फार थंड नाही असे घेणे.

६) शरद ऋतू

या ऋतुत सूर्याची किरणे प्रखर, तीक्ष्ण असतात. वर्षा ऋतुतील आहार-विहारांचे योग्य पालन न केल्यास शरदात पित्त प्रकुपित होते व पित्तज आजार होतात.

आहार

१) आहार हा पचण्यास हलका हवा व त्यामध्ये थंड पदार्थांचा समावेश असावा.

२) गोड, तुरट, कडू रसांच्या पदार्थांचा समावेश आहारामध्ये असावा; त्यामध्ये आवळा, द्राक्षे, संत्री, मोसंबी, नारळ, ज्वारी, तांदूळ, गहू, जव, मूग, मटकी, आमसुले, लिंबू यांचा समावेश आहारात असावा.

३) दूध, तूप यांचा समावेश भरपूर करावा.

४) मसाल्याच्या पदार्थांमध्ये धने, जिरे, कोथिंबीर यांचा वापर करावा.

५) तळलेले तसेच आंबवलेले पदार्थ आहारात कमी घ्यावे.

विहार

१) दिवसा झोपू नये.

२) तसेच विरेचन व रक्तमोक्षण हे दोन आयुर्वेदीय चिकित्सेतील उपक्रम करून घेणे.

विरेचन म्हणजे औषधांद्वारे जुलाब घडवून आणणे व रक्तमोक्षण म्हणजे ठरावीक मात्रेत, वेगवेगळ्या आजारांनुसार वेगवेगळ्या ठिकाणचे रक्त काढणे.

मद्यपान : या ऋतुत निषिद्ध समजले जाते. प्यायचे असल्यास उसाचा रस, द्राक्षे यांपासून बनविलेले सौम्य मद्य अल्प प्रमाणात घेणे.

ऋतुचर्येमध्ये मद्यपान वर्णिलेले आहे तर ते करणे जरुरीचेच आहे असा याचा अर्थ नव्हे; परंतु, जे नियमित मद्य घेत असतील त्यांनी ऋतुनुसार बदल करून घेणे हितकारी ठरते.

ऋतुसंधिकाळाचे महत्त्व

अगोदरच्या ऋतुचा शेवटचा आठवडा व पुढील सुरू होणाऱ्या ऋतुचा पहिला आठवडा असा मिळून १४ दिवसांचा काळ हा 'ऋतुसंधिकाळ' असतो. या संधिकाळात संपणाऱ्या ऋतुचा आहार व विहार यांचा हळूहळू त्याग करावा व पुढे येणाऱ्या ऋतुला अनुकूल असा आहार-विहार सुरू करावा. ऋतुचर्येचा एकदम त्याग केल्यास व पुढील ऋतुचर्येचा अवलंब केल्यास अनेक व्याधी उत्पन्न होऊ शकतात; म्हणूनच ऋतुसंधिकाळ हा ऋतुचर्येमधील महत्त्वाचा काळ मानला जातो.

३ आहार

आयुर्वेदानुसार आहार, झोप व ब्रह्मचर्य हे शरीराचे तीन खांब आहेत. या खांबांच्या आधारे शरीर सक्षम व निरोगी उभे राहते.

आहार हा आपल्या जीवनाचा अविभाज्य घटक आहे. चांगल्या आहारामुळे शरीर व मनाचे पोषण होते. आपण काय खातो, कसे खातो, कोणत्यावेळी खातो यानुसार आपले शरीर व मन घडत असते. म्हणतात ना, 'आपण जसे खातो तसे दिसतो.' यासाठी आहाराला जीवनात अनन्यसाधारण महत्त्व आहे.

आयुर्वेदामध्ये आहाराची प्रशस्ती वर्णिलेली आहे–

प्राणाः प्राणभृतामन्न अन्नं लोको ऽ भिधावति ।
वर्णप्रसादः सौस्वर्य जीवितं प्रतिभा सुखम् ।
तुष्टीः पुष्टिर्बलं मेधा सर्वमन्ने प्रतिष्ठितम् ।।

(च.सू. २७/३५५–३५६)

आहारामुळे सर्व शरीरघटकांची योग्य वाढ होऊन वर्णप्रसाद, सौस्वर्य व प्रतिभा प्राप्त होते; तसेच बलम, मेधा आहारामुळे प्राप्त होऊन सुखकर जीविताची प्राप्ती होते; म्हणून अन्न हे प्राणिमात्रांचा प्राण आहे.

दैनंदिन आपल्या आहारामध्ये कर्बोदके, प्रथिने, स्निग्धांश, क्षार, जीवनसत्त्वे यांचा समावेश असतो.

आयुर्वेदानुसार वरील सर्व घटकांचे वर्गीकरण निरनिराळ्या वर्गांमध्ये केले आहे–

१) शुक धान्य वर्ग
२) शिंबी धान्य वर्ग

३) शाक वर्ग
४) दुग्ध वर्ग
५) इक्षु वर्ग
६) तैल वर्ग
७) फळ वर्ग
८) मध
९) शर्करा
१०) मांस वर्ग
११) मद्य वर्ग

१) शुकधान्यवर्ग (एकदल धान्ये) : शुक वर्गामध्ये तांदूळ, गहू, जव, ज्वारी, नाचणी, बाजरी, मका यांचा समावेश होतो.

तांदूळ : तांदुळाचे विभिन्न प्रकार आढळतात.

रक्तशाली, कोलम, शकुनादृत, दीर्घशूक, सारामुख, व्रीही, महाशाली.

निरनिराळ्या प्रदेशात वेगवेगळ्या जातीच्या तांदळाचे उत्पन्न घेतले जाते व त्याला त्या त्या नावाने ओळखतात. सर्वांत श्रेष्ठ रक्तशाली तांदूळ, त्यानंतर महाशाली, कलम व त्यानंतर इतर तांदूळ अशा क्रमाने कमी श्रेष्ठ व्रीही तांदुळाचे वर्षा ऋतुमध्ये पीक घेतात. शाली तांदुळाचे हेमंत ऋतुमध्ये पीक घेतात. साठी तांदूळ म्हणजे ६० दिवसांत तयार होतात; हा व्रीही तांदळाचा प्रकार आहे.

रक्तशाली, महाशाली तांदळाचे गुण

- चवीस गोड, स्निग्ध, मल घट्ट करणारे. मल कमी करणारे; हलके, थंड, शरीरास हितकर असून, अधिक मूत्र निर्मिती करते.

व्रीही तांदळाचे गुण

- हे तांदूळ स्निग्ध. मलाला घट्ट करणारे. पचण्यास हलके. त्रिदोषांचा नाश करणारे. थंड असतात.
- तांदळापासून बनविलेला भात पचावयास हलका असतो; म्हणून आजारी व्यक्तीला, लहान मुलांना, वृद्धांना हितकारी असतो.
- कोकण हा भाग आनूप प्रदेशामध्ये (दलदलीचा भाग) येतो; त्यामुळे येथील लोकांची पचनशक्ती कमी असते म्हणून पचावयास हलका असा भात हा त्यांचा मुख्य आहार असतो.

गहू : गहू हे पचावयास जड. थंड, स्निग्ध, वात व पित्त कमी करणारे, भग्न झालेल्या अस्थिंना जोडणारे असतात.

जव : जव हे रुक्ष, थंड, गोड रसाचे आहे. हे पोट साफ करणारे आहे तसेच मल अधिक उत्पन्न करणारे, शरीराला स्थिर करणारे असून, मूत्ररोग, स्थूलता, पित्तरोग, कफाचे आजार, दमा, खोकला, त्वचेचे आजार कमी करणारे आहे.

ज्वारी

- गोड रसाची असून, रुक्ष व थंड आहे.
- वजन कमी करण्यासाठी हितकारी.

नाचणी

- तुरट, गोड रसाची असून, थंड व रुक्ष आहे.
- वजन कमी करण्यास उपयोगी.
- उन्हाळ्यामध्ये खाणे हितकारी.

२) शिंबी धान्य वर्ग (द्विदल धान्ये) : शिंबी धान्य वर्ग म्हणजेच द्विदल धान्ये अथवा कडधान्ये; यांच्यापासून आपण डाळी बनवतो. यामध्ये मूग, मसूर, चवळी, तूर, हरभरा यांचा समावेश होतो. यापासून आपण सूप, कढण, उसळी हे पदार्थ तयार करतो.

शिंबी धान्याचे गुण

- चवीला तुरट, गोड असून, पचावयास हलके, पोटात गॅस निर्माण करणारे, यामुळे पोट साफ होत नाही. परंतु, यामुळे पित्तविकार, रक्तविकार, कफविकार व स्थूलता नाहीशी होते.
  या शिंबी धान्यामध्ये मूग हे श्रेष्ठ आहे.

मूग : हलके असून, दृष्टी वाढविणारे आहे. परंतु, किंचित वात वाढविणारे आहे.

मटकी : ही कृमी निर्माण करणारी आहे. वातकारक असून कफ, पित्त कमी करते. गोडरसाची असून ज्वरनाशक आहे.

मसूर : मसूर डाळीचा लेप हा त्वचेला चांगला वर्ण प्राप्त करून देतो; तसेच मलाला घट्ट करते.

चवळी : पचनास जड, भरपूर मल उत्पन्न व विसर्जन करणारी, रुक्ष व भरपूर वात वाढविणारी आहे; त्यामुळे आहारात कमी प्रमाणात घ्यावी.

कुळीथ

- उष्ण, रुक्ष असून, रक्त व पित्त यांना दूषित करते. परंतु, सर्दी, दमा, खोकला, मूळव्याध, पोट फुगणे, कफ व वात यांचा नाश करते.
- शुक्र व शुक्राश्मरी यांचा नाश करते.
- सूज व उदर रोग यांचा नाश करते.
- मल घट्ट करणारे, पचावयास हलके असते.

पावटा

- पावटा चवीला तुरट व गोड आहे.
- रुक्ष आहे.
- यामुळे पोट फुगते.
- शुक्राचा नाश करणारे आहे.
- परंतु यामुळे स्त्रीदुग्ध वाढते. तसेच मूत्र वाढविणारे आहे.
- तसेच कफ व सूज यांचा नाश करते.

उडीद : हे स्निग्ध, बल वाढविणारे, कफ वाढविणारे, पित्त वाढविणारे, पचण्यास जड असून वात कमी करणारे आहे.

तूर : गोड व तुरट रसाची असून रुक्ष, थंड व हलकी आहे.

- कफ व पित्त कमी करणारी.
- वात अधिक वाढवित नाही.

चणे/हरभरा

- वात वाढविणारे, रुक्ष, पचावयास हलके आहे.
- गोड, तुरट रसाचे व थंड आहे.
- कफ, पित्त कमी करते.
- संभोगशक्ती कमी करते.
- तूपासोबत घेण्याने त्रिदोषांचा समतोल राखते.
- अजीर्ण झालेल्यांनी तसेच पचनशक्ती कमी असणाऱ्यांनी शक्यतो खाणे टाळावे.

३) शाक वर्ग : यामध्ये फळभाज्या व पालेभाज्या यांचा समावेश होतो.

पडवळ : पचायला हलके व त्रिदोषांचे शमन करणारे, हृदयाला हितकर, कृमिनाशक, तोंडाला चव आणणारे, तसेच रक्तदोष, ताप, खोकला नाहीसे करणारे.

अडुळसा : उलटी व खोकला कमी करणारे, तसेच नाक व तोंडामधील रक्तस्राव कमी करते.

कारलं : कडू रसाचे असून थंड आहे. पचावयास हलके असते. कृमिनाशक आहे. थोड्या प्रमाणात वात वाढविणारे आहे; यामुळे भूक वाढते. कफ व पित्त कमी होते. मधुमेहावर गुणकारी आहे.

वांगे

- चवीला तिखट, कडू, गोड असते.
- कफ व वात कमी करणारे परंतु किंचित पित्त वाढविणारे आहे.
- भूक चांगली लागते व पचनशक्ती वाढते.
- तोंडाला चव आणणारे आहे.
- हृदयाला हितकर, शुक्र वाढविणारे आहे.
- अधिक पिकलेले वांगे पित्त वाढविणारे आहे.

भारंगी

- लघवीचे प्रमाण कमी करते, म्हणून बहुमूत्रतेत उपयोगी.
- तसेच पोट साफ करते.

तांदुळजा

- गोड रसाची असून थंड गुणाची आहे.
- पचण्यास हलकी असून पित्त व विषाचा नाश करते.

पालक

- पचण्यास जड. कफ वाढविणारी, थंड असून, मलभेदन करणारी असल्यामुळे पोट साफ होते.

भुई कोहळा : वात, पित्त कमी करणारे. लघवी साफ करणारे. गोड रसाचे, पचण्यास जड असून, पौष्टिक आहे; तसेच गळा व आवाजास हितकर आहे.
याच्या सेवनाने म्हातारपण उशिरा येते.

भेंडी : वात, पित्त कमी करणारी आहे.

माठ : याचे लाल माठ व सफेद माठ असे दोन प्रकार असून, त्यांचे गुणही वेगवेगळे आहेत.

लाल माठ

- किंचित पचनास जड, क्षारयुक्त, गोड चवीचा, कफ वाढविणारा आहे.

सफेद माठ

- चवीला गोड, थंड असून पचण्यास जड आहे.
- वात व कफ वाढवते व पित्त कमी करते. व्यवस्थित भूक लागते.

हरभरापानांची भाजी : आंबट रसाची असून चव वाढविणारी आहे. कफ व वात वाढविणारी, उशिरा पचणारी आहे; तसेच पित्त कमी करते व दातांच्या विकारांवर हितकारी.

दोडका : गोड रसाचे व थंड असून भूक वाढविणारे, कफ व वात वाढविणारे व पित्त कमी करणारे आहे.

दमा, श्वास, ताप, खोकला तसेच कृमी यांचा नाश करते.

करडई : उष्ण, रुक्ष, आंबट व पचावयास जड व पित्त वाढविणारी आहे. मात्र, पोट साफ करते.

मेथी : चवीला कडू असून उष्ण आहे; यामुळे भूक लागते. वात व कफ कमी करणारी आहे; पण ज्यांना पित्ताचा त्रास आहे त्यांनी जपून खावे.

मुळा

छोटा मुळा : तिखट रसाचा, तोंडाला चव आणणारा, पचावयास हलका व त्रिदोष कमी करणारा, गळ्याच्या आजारास उपयुक्त तसेच ताप, श्वास लागत असल्यास तो नष्ट करणारा, तसेच डोळ्यांच्या आजारांवर उपयुक्त.

मोठा मुळा : रुक्ष, गरम असून पचावयास जड व त्रिदोषांना प्रकुपित करणारे आहे. परंतु, तेलामध्ये परतलेला मोठा मुळा त्रिदोषनाशक आहे.

गाजर : रसाने गोड व कडू असून पचनशक्ती वाढविणारे आहे. पचण्यास हलके असून, मूळव्याध व होणारा रक्तस्राव यावर हितकारी. वात व कफ कमी करतो. मलाला घट्ट बनवितो.

सुरण

- चवीला तुरट, तिखट असून भूक वाढविणारे आहे.
- मुळव्याधीसाठी उत्तम औषध आहे.

- पचावयास हलके असते.
- कफ कमी करणारे आहे.
- परंतु, त्वचेचे आजार असणाऱ्यांनी तसेच नाकामधून, लघवीवाटे व इतर अवयवांतून रक्त जात असेल तर त्यांनी आहारात जपून वापरावे.

लसूण

- चवीला तिखट असून उष्ण आहे.
- याने भूक चांगली लागते व पचनशक्ती वाढते.
- हे हृदयासाठी हितकर असून केसांसाठी चांगले आहे.
- यामुळे वीर्यवर्धन होते.
- तसेच यामुळे कोड, मूळव्याध, मधुमेह, आतड्यांमधील कृमी, उचकी, सर्दी, दमा, खोकला या आजारांचा नाश होतो; तसेच यामुळे वात व कफाचा नाश होऊन म्हातारपण उशिरा येते.

कांदा

- लसणीपेक्षा कमी गुणकारी. हा कफ वाढविणारा आहे व वात कमी करणारा आहे.
- शुक्रवर्धक असून भोजनात रुची आणतो.

धने–कोथिंबीर : गोड, तुरट, कडू रसाची असून मूत्राचे प्रमाण वाढविणारी आहे; यामुळे पित्त कमी होते.

तुळस

- ही वात व कफ यांचा नाश करते.
- ही उचकी, खोकला, दमा, तोंडाचा दुर्गंध कमी करते.

मटार

- हे पचण्यास हलके, चवीला कडू आहे.
- हे त्रिदोषनाशक आहे.

काकडी

कच्ची काकडी : गोड रसाची, थंड, पचण्यास जड आहे. परंतु, ती पित्त कमी करणारी व आहारामध्ये चव आणणारी आहे.

पक्व काकडी : पित्त वाढविते व ती खाल्ल्याने वारंवार तहान लागते.

चुका

- चवीला आंबट असते परंतु चवदार आहे.
- वात कमी करणारी परंतु कफ व पित्त वाढविणारी अशी ही भाजी आहे. पचण्यास हलकी असून तोंडाला चव आणते.

चाकवत : भूक वाढविणारी, पचण्यास हलकी, तोंडाला चव आणणारी तसेच बल वाढविणारी असून मूळव्याध, कृमींवर हितकारी व त्रिदोष कमी करणारी.

४) फळ वर्ग : यामध्ये सर्व फळांचा समावेश होतो.

द्राक्षे

हे सर्व फळांमध्ये श्रेष्ठ आहे. ते गोड रसाचे असून किंचित तुरट, थंड व स्निग्ध आहे. पचण्यास जड आहे; हे वात व पित्त कमी करणारे आहे; यामुळे ताप, खोकला, दमा कमी होतो, यामुळे आवाज सुधारतो; तसेच बल वाढते.

डाळिंब

- हे हृदयाला ताकद देणारे असून स्निग्ध आहे; पचावयास हलके आहे; तोंडाला चव आणणारे व भूक वाढविणारे आहे.
- वात व कफनाशक आहे.
- मलाला घट्ट करणारे आहे.
- बुद्धी व बल वाढविणारे आहे; तसेच कंठरोग व मुखदुर्गंध नाहीसे करणारे आहे.

नारळ

- पचावयास जड, स्निग्ध, गोड रसाचे असून हृदयाला हितकारी आहे. शरीरातील मांस वाढविणारे असून पौष्टिक आहे.

केळे

कच्चे केळ : गोड, थंड, स्निग्ध असून पचण्यास जड आहे; याने कफ वाढतो. तसेच पित्त, रक्तविकार, तहान, दाह, वात नष्ट होतात.

पक्व केळ : गोड रसाचे, थंड असून वीर्य वाढविणारे आहे; तसेच बलवर्धन होते. त्याचप्रमाणे रुची वाढविणारे असून यामुळे मांस वाढले जाते. हे नेत्ररोग व प्रमेहाला हितकारी आहे.

बदाम, आक्रोड, पिस्ता

हे मल साफ करणारे, कफ व पित्त वाढविणारे व वात कमी करणारे आहे. उष्ण, स्निग्ध आहे; यामुळे बल व शुक्र वाढविले जाते.

चारोळी

हे वात व पित्त कमी करते. गोड रसाचे असून थंड आहे.

कवठ

कच्चे कवठ

* हे कवठ तुरट व आंबट असून घसा बसविणारे तसेच वातादि दोषांना वाढविणारे आहे.

पिकलेले कवठ

* तुरट, आंबट, गोड असून उचकी व उलटी कमी करते.
* वातादी दोषांचे शमन करते; तसेच मलाला घट्ट बनविणारे आहे व विषाचा नाश करणारे आहे.

जांभूळ

* तुरट व गोड रसाचे असून पचण्यास जड आहे.
* गुणाने थंड असून कफ, पित्त कमी करणारे व वात वाढविणारे आहे. आवाजाला अहितकर आहे.

खजूर

* गोड रसाचे व थंड असून पचण्यास जड आहे.
* शरीरातील मांस वाढवते. शुक्र वाढवते.
* वात व पित्त कमी करते. शरीरातील दाह कमी करते.
* हृदयासाठी हितकर असून बल वाढविणारे आहे.

अंजीर

* थंड असून पचण्यास जड आहे.
* शरीरातील मांस वाढविणारे आहे.

आंबा

कच्चा पण कोय नसलेला

* तुरट, आंबट, रुक्ष असून पित्त वाढविणारा.

कच्चा पण कोय असलेला

- आंबट असून कफ वाढविणारा. रक्तस्राव वाढविणारा आहे.

पक्व आंबा

- हा गोड व थोडा आंबट. पचण्यास जड. स्निग्ध असून वात कमी करणारा आहे.
  हृदयाला हितकर. कफ वाढविणारा. मांस, वीर्य, बल वाढविणारा आहे.

आंब्याचा रस

- हृदयाला श्रेयस्कर. स्निग्ध, अन्नाला चव आणणारा. वात व पित्त यांचा नाश करणारा. वीर्य व रक्त यांची शुद्धी करणारा आहे.

बोर : हे मल साफ करणारी आहेत.

कोकमचे फळ

पक्व फळ

- चवीला थोडे तुरट, तिखट, आंबट असून जड, रुक्ष, उष्ण, पचण्यास हलके, तोंडाला चव आणणारे, भूक चांगली वाढविणारे, वात व कफ वाढविणारे आहे.

कच्चे फळ

- आम्लरसयुक्त, उष्ण, कफ व पित्त वाढविणारे व वात कमी करणारे असते.

सफरचंद

- गोड रसाचे असून बृहण करणारे, कफ वाढविणारे, पचनास जड, थंड असून रुचि उत्पन्न करणारे, शुक्र वाढविणारे आहे.

करवंद

कच्चे फळ

- आंबट असून उष्ण, पचनास जड आहे. तृष्णानाशक आहे. रुचि वाढविणारे आहे. कफाचे वर्धन होते.

पक्व फळ

- गोड, रुचि वाढविणारे, पचण्यास हलके, तसेच पित्त व वायू यांचा नाश करतात.

चिंच

कच्ची चिंच

- आम्लरसाची, पचावयास जड, वात कमी करणारी असून पित्त, कफ व रक्त विकार निर्माण करणारी आहे.

पिकलेली चिंच

- भूक वाढविणारी, रुक्ष, मल साफ करणारी, उष्ण असून वात व कफ कमी करणारी आहे.

लिंबू–कागदी लिंबू

- आम्लरसाचे असून भूक वाढविते व अन्नाचे पचन व्यवस्थित व लवकर करते, तसेच वात कमी करणारे असून पचण्यास लघु आहे.

इडलिंबू

- उष्ण, पचण्यास जड, आम्लरसयुक्त असून पोटात दुखणे, खोकला, उलटी, तहान कमी करते; तसेच पचनशक्ती वाढवते. तोंडाची चव सुधारते. तसेच कृमींचा नाश करते.

नाशपती

- लघु, वीर्यवर्धक स्वादिष्ट असून त्रिदोषांचे शमन करते.

५) दुग्ध वर्ग

- दुग्ध म्हणजे दूध जे लहानमुलांपासून मोठ्यांपर्यंत सर्वांना सात्म्य असते.
- गाय, म्हैस, बकरी, मेंढी, उंटीण, हत्तीण या प्राण्यांपासून आपल्याला दूध मिळते. स्त्रीपासूनसुद्धा दूध प्राप्त होते.
  आयुर्वेदिक औषधांबरोबर दूध हे अनुपान म्हणून दिले जाते. परंतु, या प्रत्येकाच्या दुधाचे गुण हे वेगवेगळे आहेत व ते वेगवेगळ्या आजारांवर वापरतात.

दुधाचे सामान्य गुण

- दुध हे चवीने गोड असून स्निग्ध व थंड आहे; ते धातूवर्धक व बल वाढविणारे आहे.
- तसेच ते सर्व प्राणिमात्रांना सात्म्य असून शुक्रधातूवर्धक आहे; तसेच तारुण्य टिकविण्यास मदत करते; तसेच वाढलेला वात व पित्त यांचा नाश करते.
- वेगवेगळ्या प्राण्यांच्या दुधाचे गुण हे वेगवेगळे असतात. त्यांचे गुणधर्म खालीलप्रमाणे–

गाईच्या दुधाचे गुण

- गाईचे दूध हे सर्वांत श्रेष्ठ मानले जाते.
- ते चवीने गोड असून थंड आहे.
- यामुळे सर्व धातूंचे पोषण होते.
- या दुधामुळे वात, पित्त यांचा नाश होतो.
- तारुण्य चिरकाल टिकण्यास मदत होते.
- यामुळे बुद्धी व शरीराचे बल वाढते.
- स्त्रीचे दूध वाढविते.
- जुना ताप, थकवा, चक्कर येणे, दम लागणे, खोकला, तहान या सर्वांचा नाश करते.

  परंतु, गाईच्या रंगानुसार, खाण्यानुसार व ज्या प्रदेशात ती रहाते, त्यानुसार गाईच्या दुधाच्या गुणांमध्ये बदल आढळतो.

म्हशीच्या दुधाचे गुण

- म्हशीचे दूध पचण्यास जड असल्यामुळे ज्यांची पचनशक्ती चांगली आहे त्यांना हितकारी.
- रात्री ज्यांना व्यवस्थित झोप येत नाही त्यांना हितकारी.
- या दुधामध्ये स्नेहांश गायीच्या दुधापेक्षा अधिक असतो; त्यामुळे अधिक कफकारक आहे.

बकरीच्या दुधाचे गुण

- चवीला गोड व तुरट रसाचे असून थंड आहे. पचण्यास हलके आहे.
- दमा, ताप, अतिसार या विकारांवर हे दूध हितकारी असून सर्व रोगनाशक आहे.

उंटीणीच्या दुधाचे गुण

- हे दूध किंचित रुक्ष, उष्ण व खारट असून पचनशक्ती वाढविणारे आहे.
- हे पचण्यास हलके असून वात, कफ, कृमी, सूज, मूळव्याध यावर हितकारी; तसेच यकृत व प्लीहा या विकारांमध्ये उपयुक्त.

मेंढीच्या दुधाचे गुण

- चवीला गोड व खारट असून स्निग्ध, उष्ण आहे.
- वात दोषांमुळे होणाऱ्या खोकल्यामध्ये (वातज कास) यामध्ये हितकारी. परंतु, यामुळे कफ व पित्त वाढतात.

- हे हृदयाला हितकारी नाही.
- परंतु, केसांसाठी हितकारी आहे.

हत्तीणीच्या दूधाचे गुण

- चवीने गोड, तुरट रसाचे असून सर्व धातूंचे बृहण करते. बलवर्धन करते; तसेच डोळ्यांसाठी हितकर.
- शरीराला स्थिरता देणारे व मजबूत बनविणारे असते.

स्त्रीदुग्धचे गुण

- स्त्रीचे दूध हे लघु, शीतल, पचनशक्ती वाढविणारे आहे. डोळ्यांच्या विकारांमध्ये डोळ्यात घालण्यास व डोळा धुण्यास उपयोगी.
- तसेच नाकात थेंब टाकण्यासही उपयोगी.
- वात व पित्त यांचा नाश करणारे आहे.

दही

दुधापासून विरजण लावून बनविता येणारा पदार्थ म्हणजे दही; सर्वसाधारणपणे दही हे चवीला आंबट असते.

दह्याचे गुण :

- दही हे आंबट, तुरट रसाचे असून उष्ण, पचनशक्ती वाढविणारे, स्निग्ध, पचण्यास जड आहे.
- दह्यामुळे पित्त, कफ व मेद वाढतो.
- दही हे रक्तविकार व शोथ निर्माण करणारे आहे. परंतु, लघवीला दुखणे, अतिसार, कृशता, शीतपूर्वक येणारा विषमज्वर यामध्ये हितकारी असते.

दही भेद

मंद दही लक्षण : दुधासारखे, अव्यक्तरसाचे परंतु काहीसे घट्ट असते.

गुण : याच्या सेवनाने त्रिदोषांचा उत्क्लेष होतो, तसेच शरीरात दाह निर्माण होतो; तसेच मल व मूत्र निर्मिती होते.

स्वादु दही लक्षण : जे घट्ट झालेले आहे. चवीला गोड असून आंबट रस अव्यक्त आहे.

गुण : वीर्य, कफ, मेद वाढविणारे, वात कमी करणारे व रक्तपित्त कमी करणारे आहे.

स्वादुम्ल दही लक्षण

- घट्ट असणारे, चवीला गोड परंतु शेवटी चवीला तुरट रसाचे असते.

गुण : गुणाने स्वादु गुणाप्रमाणे असते. वीर्य, कफ, मेद वाढविणारे, वात कमी करणारे व रक्तपित्त कमी करणारे आहे.

आम्ल दही लक्षण : जे दही चवीला आंबट असून गोड रस लपल्याप्रमाणे असतो.

आम्ल दह्याचे गुण

- यामुळे भूक वाढते.
- परंतु, यामुळे पित्त, कफ व रक्तविकार वाढतात.

अत्याम्ल दही लक्षण : हे चवीला अतिशय आंबट असते. याच्या खाण्याने अंगावर काटा येतो व दात सळसळतात.

गुण

- भूक वाढते. परंतु वात, पित्त व रक्तविकार यामुळे भरपूर होतात.

दही खाण्याचे नियम

- दररोज जेवणामध्ये दही खाऊ नये.
- तसेच रात्री दही खाऊ नये.
- गरम केलेले दही खाऊ नये.
- वसंत, ग्रीष्म व शरद ऋतुमध्ये दही खाऊ नये.

दही खायचे झाल्यास

- मुगाचे सूप, मध, तूप, साखर, आवळे यांच्याबरोबर खावे.
- साखर घालून दही खावे; यामुळे तहान, पित्त, रक्तविकार तसेच दाह कमी होतो.
- गूळ घातलेले दही वात कमी करणारे, वीर्य वाढविणारे, सप्तधातू वाढविणारे असते.

ताक

- सुश्रुतानुसार दह्यामध्ये $^{१}/_{२}$ (अर्धे) पाणी मिसळून नंतर त्याला घुसळून लोणी वेगळे काढल्यानंतर ताक तयार होते.
- ताक हे चवीला आंबट, तुरट असून पचण्यास हलके आहे.
- ताक उष्ण गुणाचे आहे.

- म्हूणन पचनशक्ती वाढविणारे, कफ व वात कमी करणारे, वीर्य वाढविणारे, तृप्ती करणारे आहे.
- ते मूळव्याध, मूत्रावरोध, सूज, तूप जास्त खाण्यामुळे होणारे रोग, तोंडाला चव नसणे यांना हितकारी.
- ताकामधून लोणी काढल्यानंतरच्या ताकाला 'अस्नेह ताक' म्हणतात. ते लघु म्हणजे पचनास हलके असते.
- लोण्यासहित ताकाला 'सस्नेह ताक' म्हणतात.
- ते पचण्यास जड असते; त्यामुळे अस्नेह ताकापेक्षा सस्नेह ताकाचे गुण कमी असतात.

ताक कसे घ्यावे? : ताकामध्ये वेगवेगळे प्रक्षेपक पदार्थ मिसळून त्याची गुणकारीकता वाढविता येते. यामध्ये धने, जिरे, ओवा, हिंग-साखर, सुंठ, सैंधव, मिरे यांचा समावेश होतो. परंतु, प्रक्षेपक पदार्थ हे वाढलेल्या दोषांनुसार किंवा आजारांनुसार वेगवेगळे ठरवावे लागतात.

ताक कधी घ्यावे? : हिवाळ्यात, पचनशक्ती कमी असणाऱ्यांनी, ज्यांच्या तोंडाला चव नाही अशांमध्ये ताक अमृतासमान आहे. ताक बहुतेक सर्व आजारांवर गुणकारी औषध म्हणून वापरतात; म्हणून दररोजच्या जेवणामध्ये ताकाचा समावेश करणे हितकर.

निषिद्ध : उन्हाळ्यामध्ये, ज्यांच्या अंगाचा दाह होतो किंवा चक्कर आल्यासारखे वाटते, तसेच शरीराच्या कोणत्याही अवयवामधून रक्त जात असलेल्यांना ताक अहितकर.

लोणी

लोणी हे गोड व तुरट रसाचे असून थंड आहे.

गायीचे लोणी : वीर्यवर्धक. वर्ण उत्तम करणारा. बल व अग्नि वाढविणारा. मल घट्ट बनविणारा, वात, पित्त, रक्तविकार, क्षय, मूळव्याध, खोकला यांना नाहीसे करणारा; तसेच हे बालक व वृद्ध यांच्यासाठी हितकर असते.

म्हशीचे लोणी : वात व कफ वाढविणारे. पचनास जड. मेद व शुक्र वाढविणारे, तसेच दाह, पित्त कमी करते.

दुधापासून काढलेले लोणी : हे वीर्य वाढविणारे. डोळ्यांना चांगले. बल वाढविणारे. अत्यंत स्निग्ध, चवीला गोड व थंड असते. हे रक्तपित्त नाशक असते.

ताकापासून काढलेले लोणी : चवीला गोड, तुरट व किंचित आंबट असून थंड आहे; त्याचप्रमाणे बुद्धी वाढविणारे आहे.

शिळे लोणी : हे पचण्यास जड असून कफ व मेद वाढविणारे तसेच त्वचेचे विकार, मूळव्याध निर्माण करणारे आहे.

तूप

आयुर्वेदामध्ये तूपाबरोबर अनेक औषधी दिली जातात. तूप हे आयुर्वेदामधील एक श्रेष्ठ अनुपान आणि औषध आहे.

तुपाचे गुण : तूप हे स्वादिष्ट असून थंड आहे; यामुळे तारुण्य टिकते. भूक वाढते. आवाज सुधारतो. स्मरणशक्ती वाढते. बुद्धी वाढते व नेत्रांसाठी हितकारी, तसेच शरीरकांती तेजस्वी करते; यामुळे कफ वाढतो व पित्त व वात कमी होतात. रक्तविकारांसाठी हितकारी. आयुवर्धन होते; म्हणून दररोजच्या जेवणात तुपाचा समावेश करणे हितकारी. वेगवेगळ्या प्राण्यांच्या तुपांचे गुणधर्म वेगवेगळे असतात व ते वेगवेगळ्या आजारांवरही वापरतात. परंतु, या सर्वांमध्ये गायीचे तूप अधिक श्रेष्ठ आहे.

जुने तूप : तूप एक वर्षापर्यंत साठवून ठेवले तर त्याला 'पुराणघृत' म्हणतात. हे औषधांमध्ये श्रेष्ठ मानतात. हे त्रिदोषांचा नाश करते; मूर्च्छा, त्वचेचे विकार, विष, मानसिक आजार यावर लाभकारी. तूप जेवढे जुने तेवढे औषधी गुणधर्म वाढतात.

नवीन तूप : जुने तूप अधिक श्रेष्ठ परंतु अंगात रक्त कमी असलेल्यांना, कावीळ झालेल्यांना, ताकद कमी झालेल्यांना, डोळ्यांचे आजार असलेल्यांना नवीन तूप द्यावे. तसेच जेवणातही नवीन तूप खावे.

निषिद्ध : बालक व वृद्ध यांना, कफज आजार असणाऱ्यांना, पचनशक्ती कमी असणाऱ्यांना, ताप आलेला असलेल्यांना तूप अहितकर.

मध

- गोड पदार्थांमध्ये मधाचा समावेश असतो.
- मध हा औषधांमध्ये अनुपान म्हणून वापरतात.

मधाचे गुण

शीतल, लघु, स्वादिष्ट, रुक्ष, चरबी कमी करणारा म्हणजे लेखन करणारा,

नेत्रासाठी हितकर, भूक वाढविणारा, आवाज चांगला करणारा, जखमांची शुद्धी करणारा, तसेच जखम भरून येण्यास मदत करणारा, तसेच शरीरात लवकर पसरणारा, शरीराचा वर्ण-कांती सुधारणारा, बुद्धी वाढविणारा, मनाला तृप्ती देणारा असा आहे. बऱ्याच औषधांमध्ये चिकटद्रव्य म्हणून याचा वापर करतात. मधाचे बरेच प्रकार आढळतात.

- मध हा गरम करून अथवा गरम पदार्थांबरोबर खाऊ नये.
- तसेच उष्णऋतूमध्ये उष्णतेचा विकार असलेल्या व्यक्तीने मध खाऊ नये.
- उष्णतेने मधाचे विषात रूपांतर होते व त्यामुळे शरीराला त्रास होतो.
- मधाचे अनेक प्रकार आढळतात. त्यांचे गुणधर्मही वेगवेगळे आहे.
- नवीन, जुन्या मधाचे गुणधर्मही वेगवेगळे असतात.

नवीन मध–पुष्टीकारक, थोडा पोट साफ करणारा व किंचित कफनाशक आहे.

जुना मध–हा रुक्ष असून लेखन करणारा आहे; त्यामुळे मेद कमी होतो.

६) तैलवर्ग

दैनंदिन जीवनामध्ये आपण बऱ्याच ठिकाणी तेलांचा वापर करतो. उदा. खाण्यासाठी तसेच अभ्यंगासाठी.

तेल हे अनेक तेलद्रव्यांपासून काढले जाते. उदा. तीळ, जवस, एरंड आयुर्वेदानुसार सर्व तेले ही वातनाशक आहेत.

सर्व तेलांमध्ये तीळतेल हे श्रेष्ठ आहे.

तीळतेल गुण : तीळतेलाचा उपयोग अभ्यंगासाठी केला जातो; तसेच काही भागात खाण्यासाठीही वापरतात. तीळतेल हे शरीरात सर्व ठिकाणी लवकर पसरणारे, बल वाढविणारे, वीर्यवर्धक, वात व कफ कमी करणारे, उष्ण गुणांचे, धातूंचे बृहण करणारे, गर्भाशय शोधन करणारे, मेद कमी करणारे, भूक वाढविणारे, बुद्धी वाढविणारे, तसेच शरीराच्या प्रत्येक ठिकाणचा शूल कमी करणारे, त्वचेची कांती वाढविणारे, केश व नेत्रांसाठी हितकर तसेच मालीशसाठी हितकर. तीळतेलाचा गुणधर्म असा की, कृश व्यक्तींचे बृहण करते व मेदस्वी व्यक्तींना कृश करते.

एरंडतेल

तीक्ष्ण, उष्ण, चिकट, पचण्यास जड गुणांचे असून वीर्यवर्धन करणारे. त्वचेसाठी हितकर, बुद्धी वाढविणारे, बलवर्धन करणारे आहे.

ते चवीला गोड व कडू रसाचे असून शेवटी तुरट असते. सांधे दुखणे व सुजणे यावरील श्रेष्ठ औषध आहे; तसेच वातासंबंधी आजारांवर याचा चांगला उपयोग होतो. एरंडतेलाचा उपयोग बाह्य व अभ्यंतर प्रयोगासाठी करतात.

सरसो

हे तेल उष्ण, चवीला तिखट असून पचण्यास हलके आहे; यामुळे कफ, वात कमी होतो.

हे जखमा बऱ्या होण्यास व जखमेतील जंतू, कृमी यांचा नाश करण्यास वापरतात.

जवस

हे किंचित उष्ण असून त्वचादोष करणारे तसेच कफ व पित्त वाढविणारे आहे.

करंज व कडुनिंब तेल

चवीला कडू असूनही अतिउष्ण नाही.

४ आहारासंबंधी नियम

दैनंदिन जीवनामध्ये आहाराला अनन्यसाधारण महत्त्व आहे. आपल्या शरीराचे व मनाचे पोषण आहारामधून होत असते. आपण जसे खातो, तसे आपण घडत असतो.

आपले तेज, सप्तधातू, इंद्रियांची कार्ये, शरीरबल, बुद्धी, आरोग्य, हे सर्व आहाराच्या गुणवत्तेवर अवलंबून असते.

आहार घेताना हा षड्रसात्मक असावा; म्हणजेच आहारामध्ये सहा रसांचा समावेश असावा. हे रस म्हणजे मधुर-गोड, आम्ल-आंबट, लवण-खारट, कटु-तिखट, तिक्त-कटु, कषाय-तुरट या रसांना आपल्या आहारामध्ये अनन्यसाधारण महत्त्व आहे; कारण शरीरामध्ये त्रिदोषांची स्थिती ही या रसांवर अवलंबून असते. विशिष्ट रसांच्या सेवनामुळे दोषांची वृद्धी व क्षय ही अवस्था येते.

रस व दोषांचा संबंध

दोष	रस	परिणाम
वात	मधुर, आम्ल, लवण कटु, तिक्त, कषाय	क्षय वृद्धी
पित्त	मधुर, तिक्त, कषाय आम्ल, लवण, कटु	क्षय वृद्धी
कफ	मधुर, आम्ल, लवण कटु, तिक्त, कषाय	वृद्धी क्षय

म्हणजेच, वातवृद्धी करणाऱ्या रसामुळे कफाचा क्षय होतो व कफवृद्धी करणाऱ्या रसामुळे वाताचा क्षय होतो.

म्हणून वात वाढला असता कफ वाढविणाऱ्या रसांचे पदार्थ सेवन करावेत. हितकारी असते.

यानुसार, पित्ताच्याही बाबतीत असाच नियम; म्हणून दोषांच्या वृद्धी किंवा क्षयानुसार रसांचे आहारामध्ये सेवन करणे महत्त्वाचे असते.

आहार घेताना

आहार हा ऋतुनुसार बदलणारा असावा. मागील ऋतुचर्या प्रकरणात ऋतुनुसार कोणता आहार घ्यावा; याचे वर्णन केले आहे.

भोजनासंबंधी नियम

- भोजन हे स्वच्छ अशा ठिकाणी, योग्य वेळी, पूर्वेकडे तोंड करून, प्रसन्न मनाने करावे.
- सायंकाळी व पहाटे भोजन सेवन करू नये.
- अस्वच्छ जागेत, बडबड करत, हसत, टी.व्ही. पहात, जेवण करू नये.
- मळकट व अस्वच्छ भांड्यात जेवण करू नये.
- एकदा थंड झाल्यावर पुनः गरम केलेले अन्न खाऊ नये.
- शिळे, करपलेले, अर्धवट शिजलेले, आपल्या शरीराला हानिकारक असे अन्न घेऊ नये.
- घाईघाईने अथवा बराच वेळ भोजन करू नये.

भोजनामध्ये रसांचे सेवन

भोजनाच्या सुरुवातीला जड, स्निग्ध व मधुर रसांचे पदार्थ सेवन करावे. त्यानंतर आम्ल व लवण रसांच्या पदार्थांचे सेवन करावे. शेवटी तिखट, कडू, तुरट रसांच्या पदार्थांचे सेवन करावे. आजकाल लोक गोड रसांचे पदार्थ शेवटी खाताना आढळतात. ते नियमानुसार चुकीचे आहे; जसे Sweet Dish शेवटी खाल्ली जाते.

भोजनाची मात्रा

भोजन करताना अमाशयाचे ४ भाग आहेत अशी कल्पना करून, त्यांपैकी २ भाग (अर्धे अमाशय) अन्नद्रव्यांनी (घन पदार्थांनी) १ भाग पेय पदार्थ व पाणी यांनी भरावा व राहिलेला चौथा भाग त्रिदोषांच्या संचारासाठी रिकामा ठेवावा, म्हणजे अगदीच पोटास तडस लागेपर्यंत जेवण घेऊ नये.

परंतु, जे रोज शारीरिक कष्ट करतात; ते आपल्या पचनशक्तीनुसार कमी-अधिक आहार घेऊ शकतात.

आहार सेवनाच्या चुकीच्या पद्धती

यामुळे आहाराचे योग्य पचन होत नाही व व्याधी निर्माण होऊ शकतात. अनुचित भोजन खालील प्रकारचे–

१) **समशन :** पथ्यकर व अपथ्यकर पदार्थ एकाच वेळी खाणे.

२) **अध्यशन :** भोजन केल्यानंतर पुनः भोजन करणे म्हणजे 'अध्यशन' होय.

३) **विषमाशन :** भोजन करण्यास जो काळ योग्य आहे त्यापूर्वीच किंवा भोजनाचा योग्य काळ टळून गेल्यावर भोजन केले तर त्याला 'विषमाशन' म्हणतात.

४) **अमात्राशन :** अधिक अथवा अल्प मात्रेमध्ये भोजन करणे म्हणजे 'अमात्राशन' होय.

विरुद्धाशन

आहार हा युक्तीपूर्वक सेवन न केल्यास तो मारक ठरू शकतो. जे दोन खाद्य पदार्थ वेगवेगळे खाण्याने अपाय होत नाही परंतु तेच खाद्य पदार्थ एकत्र करून खाल्ले तर त्याने विष वा गर याच्याप्रमाणे शरीराला अपाय होतो. अशा त्या दोन पदार्थांना एकत्र करणे म्हणजे 'विरुद्धान्न' होय व यामुळे अनेक व्याधी निर्माण होतात.

विरुद्धान्न

१) आम्ल पदार्थ व आम्ल फळे दुधाबरोबर, दूध घेण्यापूर्वी, दूध घेतल्यानंतर घेणे अथवा फ्रुट सॅलेड खाणे.

२) मुळा व दूध एकत्र घेऊ नये.

३) दुधाबरोबर मीठ घेऊ नये.

४) मध व तूप सम प्रमाणात घेणे.

५) दूध व मासे एकत्र खाणे.

६) दूध व कुळीथ एकत्र खाणे.

७) दही गरम करून खाणे.

८) रात्री सातूचे पीठ खाणे.

९) अधिक दिवसांचे तूप खाऊ नये.

१०) वरई, कुळीथ, उडीद, पावटे, मटकी दुधाबरोबर घेऊ नये.

कोणी व कसा आहार घ्यावा?

प्रत्येकाच्या शरीराला मानवेल असा आहार घ्यावा. आहार हा प्रत्येकाच्या अग्निनुसार (पचनशक्तीनुसार) घ्यावा; तसेच ज्यांच्या शरीराची ठेवण कृशतेकडे आहे अशांनी आहारामध्ये कफ वाढविणारे पदार्थ उदा. दूध, तूप, लोणी यांचा समावेश अधिक अथवा नियमित करावा.

तसेच तिखट, कडू, तुरट रसांच्या पदार्थांचे सेवन कमी प्रमाणात करावे. याउलट, स्थूलतेकडे झुकणारी शरीराची ठेवण असल्यास गोड, खारट, आंबट रसांच्या पदार्थांचे सेवन कमी प्रमाणात करावे. अशांनी तिखट, तुरट, कडू रसांच्या पदार्थांचा समावेश नियमित आहारात ठेवावा.

जेवण हे भूक लागल्यानंतरच करावे; त्यामुळे अन्नाचे व्यवस्थित पचन होऊन योग्य आहाररसाची निर्मिती होते व यामुळे मन, शरीराचे व्यवस्थित पोषण होते.

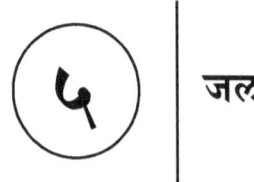

५ | जल

जल! जल म्हणजेच पाणी.
पाणी म्हणजेच जीवन.
या पृथ्वीवरील सर्व सजीवमात्रांना पाणी आवश्यक असते.
पाण्याशिवाय जगणे सर्वांनाच अशक्य आहे.

आपण पिण्यासाठी तसेच इतर कामांसाठी पाणी वापरत असतो. पाणी पितानासुद्धा योग्य प्रमाणात योग्यवेळी योग्य संस्कारांनीयुक्त घेतल्यास ते अमृताप्रमाणे गुण देणारे आहे. यामुळे पाण्याला आयुर्वेदानुसार अधिक महत्त्व आहे.

पिण्यायोग्य पाणी

पिण्यासाठी पाणी हे स्वच्छ, पचण्यास हलके व स्वच्छ भांड्यात व स्वच्छ ठिकाणी साठविलेले असावे.

भोजन व पिण्याचे पाणी यांचा संबंध

आपण भोजन करतो त्या वेळी पिण्यासाठी पाणी वापरतो. परंतु, ते पाणी भोजनाच्या योग्यवेळी पिणे गरजेचे आहे. तर ते कसे?

१) भोजनापूर्वी पाणी पिण्याने–
पचनशक्ती कमी होते व शरीर कृश होते.

२) भोजनानंतर अधिक पाणी पिण्याने–
शरीर स्थूल होते व छातीमध्ये कफाची निर्मिती होते म्हणजेच कफज आजार होतात.

३) भोजनामध्ये पाणी पिण्याने-

शरीर पुष्ट होते; पण कृश व स्थूल होत नाही. दोष व धातूंना समावस्थेत आणते व अन्नाचे व्यवस्थित पचन होते व योग्य आहाररस निर्माण होतो. त्याचप्रमाणे,

अजीर्णेभेषजं वारी जीर्णेवारी बलप्रदम् ।
भोजनेच अमृतम् भोजनान्ते च विषप्रदम् ।।

याचाच अर्थ, जर व्यक्तीला अजीर्ण झाले असेल तर पाणी हे औषधाप्रमाणे आहे. भोजन पचनानंतर ते बल देणारे आहे.

भोजनामध्ये अमृतासम गुणासारखे आहे. परंतु, भोजनाच्या शेवटी जर प्यायले गेले तर ते विषाप्रमाणे असते. येथे विषाप्रमाणे याचा अर्थ 'शरीराला हानिकारक' असा घ्यावयाचा आहे.

अधिक मात्रेमध्ये

- तहान लागली म्हणून एकाचवेळी अधिक मात्रेत जर पाणी प्यायले तर कफ व पित्त प्रकुपित होतात.
- पचनशक्ती कमी होते.
- अधिक सारखी सारखी तहान लागते. अधिक झोप येते. पोटामधून आवाज येतो.
- खोकला, मळमळ वाटणे, सर्दी होणे, दम लागणे हे विकार होतात. पाणी पिताना ते उकळून थंड केलेले असावे.

काही आजारांमध्ये पाणी हे आयुर्वेदिक औषधी वनस्पतींनी सिद्ध केलेले वापरतात.

षडंगोदक

पाण्यामध्ये सुंठी, मुस्ता, वाळा, दोन प्रकारचे चंदन (श्वेत व रक्त), पित्तपापडा हे घालून थोडा वेळ उकळू द्यायचे व ज्यांना सर्वांगदाह, तृष्णा, ताप यांसारखे व्याधी झालेत, त्यांनी वारंवार प्यावे.

गार पाणी हे पचण्यास जड असते.

उकळून गार केलेले पाणी हे पचण्यास हलके असते. परंतु, कोमट पाणी हे पचण्यास एकदम हलके असते त्यामुळे कोमट पाणी हे शरीराला चांगले असते. काही गोष्टी याला अपवाद आहेत.

पाण्याची मात्रा

साधारणतः, पाण्याची मात्रा ही ३० मिली= प्रति १ किलोग्रॅम अशी सांगितली आहे. त्यानुसार, ५० किलो वजनाच्या व्यक्तीला १ $^{१}/_{२}$ लीटर पाणी दिवसाला आवश्यक आहे. परंतु, ही मात्रा ऋतुपरत्वे व मनुष्यानुसार वेगवेगळी असू शकते, असे आयुर्वेदीय शास्त्र सांगते.

ग्रीष्म व शरद या ऋतुंमध्ये शरीराला जास्त पाण्याची आवश्यकता असते. बाकी इतर ऋतुंमध्ये प्रमाणातच पाणी पिणे आवश्यक असते. त्याऐवजी सिद्ध पाणी, लिंबू सरबत, कोकम सरबत, शहाळे, ताक, दूध अशा द्रव्यांचा वापर आपण फक्त पाणी पिण्याऐवजी करू शकतो.

६ | निद्रा

आहार, निद्रा, ब्रह्मचर्य हे जीवनाचे तीन उपस्तंभ आहेत. हे मागील प्रकरणांमध्ये आपण वाचलेले आहे.

आहाराएवढेच निद्रेला महत्त्व आहे. निद्रा म्हणजे झोप.

सत्त्व, रज, तम हे मनाचे गुण आहेत. त्यातील रज, तम हे मनाचे दोष आहेत. तम गुणामुळे मनुष्याला झोप येते. तमोगुणाचेच प्राबल्य निद्रेमध्ये असल्यामुळे तिला 'तमोमयी' सुद्धा म्हटले जाते.

निद्रा घेण्याची वेळ सोडून अयोग्यवेळी झोप घेणे, आवश्यकतेपेक्षा अधिक काळपर्यंत झोप घेणे किंवा अजिबात झोप न घेणे हे झोपेच्या संबंधातील दोष आहेत.

योग्य प्रमाणात, योग्यवेळी, निद्रा घेण्याने मनुष्याला सुख, आयुष्य व निर्मळ बुद्धी यांचा लाभ होतो.

निद्रेची योग्य वेळ

निद्रा ही शक्यतो रात्री घ्यावी. रात्री जागरणामुळे वात वाढतो व शरीरामध्ये रुक्षता निर्माण होते. रात्री जागरण करून दिवसा झोपणे अशी काही व्यक्तींची सवय असते; ती शरीरासाठी योग्य नसते.

दिवसा जेवणानंतर लगेचच झोपणे हेही अयोग्य असते.

दिवसा झोप घेण्याने कफ, पित्त दोष प्रकुपित होतात व शारीरिक आजारांना आमंत्रण मिळते. परंतु, ग्रीष्म ऋतूत मात्र दिवसा झोप घेणे योग्य आहे.

परंतु, ज्यांच्या शरीरात मेदाचे आधिक्य आहे; तसेच जे स्निग्ध पदार्थ नेहमी खातात त्यांनी ग्रीष्मातसुद्धा झोपू नये व इतर वेळीसुद्धा झोप घेऊ नये.

मात्र, स्वस्थ मनुष्याने इतर ऋतुंमध्ये दिवसा झोपू नये. याला काही गोष्टी अपवाद आहेत की, ज्यांनी दिवसा झोप घेतली तरी चालेल.

जे लोक अधिक बोलतात-व्याख्यान, भाषण देणारे.

सतत वाहन प्रवास करून थकलेले.

लांबून चालत येऊन थकलेले.

क्रोध, भय यांनी पीडित आहेत असे.

जो वृद्ध किंवा बाल आहे. कृश व अशक्त आहे असे.

ज्याला अजीर्ण, अपचन झालेले आहे.

ज्याला दिवसा झोपणे सात्म्य झालेले आहे त्यांनी दिवसा झोपणे निषिद्ध नाही. झोप घ्यावयाची झाल्यास ती जेवणानंतर $१^{१}/_{२}$ ते २ तासांनी घेणे चांगले.

वामकुक्षी

दुपारच्या जेवणानंतर डाव्या कुशीवर पडून राहून विश्रांती घेणे अथवा १०-१५ मिनिटे डुलका काढणे म्हणजे 'वामकुक्षी' घेणे, असे म्हणतात.

वरील व्यक्तींनी तसे करणे हितकारी असते; पण याचा अर्थ वेगळा काढून तासातासांची झोप काढणे शरीराला अहितकर असते.

अतिझोप येणे

शरीरात जेव्हा कफ वाढतो त्या वेळी शरीरात जडपणा येतो व आळस उत्पन्न होतो. त्या वेळी अतिझोप येते.

निद्रानाश

काही आहार-विहारातील चुकीच्या कारणांमुळे वात व पित्त वाढले असता झोप येत नाही.

अथवा व्याधीच्या पीडेमुळे अथवा मानसिक चिंता यामुळेही निद्रानाश होतो.

जागरण झाल्यास

नेहमी रात्रीची झोप ही पूर्ण घ्यावी असा झोपेबाबत नियम आहे. परंतु, काहीवेळा व्यवसायामुळे अथवा रात्रपाळीमुळे रात्री जागरण करावे लागते.

अशावेळी जागरणामुळे वात वाढतो. यासाठी दुष्परिणाम टाळण्यासाठी जितकावेळ जागरण झाले असेल त्याच्या अर्धावेळ प्रातःकाली भोजन करण्यापूर्वी झोप घ्यावी; म्हणजे वाताचे शमन होते.

रात्रीची निद्रा

काही लोकांना जेवण उशिरा करून लगेचच झोपण्याची सवय असते. शक्यतो रात्री जेवणानंतर शतपावली केल्यानंतर $१^{१}/_{२}$ ते २ तासांनी झोपण्यास जावे. जेवणानंतर लगेचच झोपू नये.

 **७** गर्भिणी व सूतिका परिचर्या

गर्भिणी म्हणजे ज्या स्त्रीला गर्भधारणा झाली आहे ती. गर्भिणी परिचर्या म्हणजे गर्भ राहिल्यापासून ते प्रसूतिपर्यंत करावयाच्या आहार व विहारातील गोष्टी.

गर्भिणीने पहिल्या दिवसापासून नेहमी करावयाच्या गोष्टी–

* आनंदी रहावे.
* धार्मिक व मंगलमय गोष्टी कराव्यात.
* शिळे, कुजलेले, आंबलेले अन्न खाऊ नये.
* क्रोध, शोक, मोह, चिंता करू नये.
* अतिप्रवास करू नये.
* अतिश्रम करू नये.
* जेवणामध्ये गोड व तूप, लोणी यांसारखे स्निग्ध पदार्थ घ्यावेत.

आचार्यांनी गर्भिणीची प्रत्येक महिन्याची परिचर्या सांगितली आहे. ती खालीलप्रमाणे–

पहिल्या महिन्यात – गर्भ राहिल्यापासून गार दूध थोडे थोडे प्यावे.

दुसऱ्या महिन्यात – मधुर औषधांनी सिद्ध केलेले दूध प्यावे.

तिसऱ्या महिन्यात – दुधाबरोबर तूप व मध घ्यावे.

चौथ्या महिन्यात – दुधामधून काढलेले लोणी १० मिलिग्रॅम इतक्या प्रमाणात सेवन करावे.

पाचव्या महिन्यात – दुधामधून काढलेल्या लोण्यापासून तूप काढून ते सेवन करावे.

सहाव्या महिन्यात – मधुर औषधीसिद्ध दूध व तूप खाणे.
उदा. गोक्षूरघृत, शतावरी घृत.

सातव्या महिन्यात	– काही आचार्यांच्या मतानुसार पृथग्पर्णी सिद्ध तूप गर्भिणीने या महिन्यात घ्यावे; तसेच या महिन्यामध्ये किक्किस (Strimark) निर्माण होतात व स्तने, मांड्या, पोट याठिकाणी खाज सुटते. त्या ठिकाणी चंदन मुस्ता, हळद, मंजिष्ठा, निंब अशा औषधीद्रव्यांनी त्या ठिकाणी लेप करावा. त्या ठिकाणी खाजवू नये; कारण त्यामुळे तेथे विद्रूपता येते. खाज असह्य झाली तर वरील औषधींनी मर्दन करावे. या महिन्यात स्नेह व मीठ यांचे आहारात प्रमाण कमी ठेवावे.
आठव्या महिन्यात	– दुधात सिद्ध केलेली यवागू (तांदळाच्या खिरीप्रमाणे फक्त गोड नाही) घ्यावी. सुश्रुतांनी याच महिन्यामध्ये औषधी तेलाचा व काढ्याचा बस्ती (एनिमा) घेण्यास सांगितले आहे; यामुळे वात प्राकृत राहतो व प्रसूती कष्टरहित होते.
नवव्या महिन्यात	– चरकांनी तेलाची बस्ती घेण्यास सांगितले आहे; त्याचप्रमाणे तेलाने भिजविलेला पिचू योनिमार्गात ठेवावा, असे सांगितले आहे, त्यामुळे गर्भमार्गाचे स्नेहन होऊन तो मऊ होतो.

पहिल्या महिन्यापासून नवव्या महिन्यापर्यंत जे उपचार सांगितले आहेत, त्यामुळे गर्भाचा विकास चांगला होतो. गर्भिणीलाही हितकारी असते.

गर्भिणीचा आहार

- गर्भिणीने षड्रसात्मक आहार घ्यावा.
- आहारामध्ये शुकधान्ये, शिंबी, शाक, फल, दूध, तूप, लोणी यांचा समावेश करावा.
- ठरलेल्यावेळी व भुकेनुसार आहार घ्यावा.
- सकाळी शक्यतो घन पदार्थ घ्यावेत (पहिल्या ४ महिन्यापर्यंत तरी).
- गर्भधारणा झाल्यापासून किंवा गर्भधारणेपूर्वीपासून दुधामध्ये शतावरीसारखी औषधी घालून ते सकाळ–संध्याकाळ घ्यावे.

व्यायाम

आहाराबरोबर गर्भिणीने साधे व्यायाम करणे गरजेचे आहे. पहिल्या तीन महिन्यांमध्ये गर्भ हा अस्थिर असतो त्यामुळे साधे व्यायाम प्रकार करणे गरजेचे असते; यामध्ये कवायतीचे प्रकार, फुलपाखरू, सुखासन, पद्मासन, वज्रासन करता येतात. चालणे हा सर्वांत चांगला व्यायाम आहे. दररोज सकाळी उठून गर्भिणीने

चालायला जाणे गरजेचे असते. त्याचप्रमाणे वरील व्यायाम पूर्ण नऊ महिने केले तरी चालतात. परंतु, चौथ्या महिन्यानंतर आपण गोमुखासन, काकबैठक, अर्धमार्जारासन अशी आसने करणे चांगले असते.

वरील सर्व आसनप्रकारांमुळे कमरेचे व मांड्यांचे स्नायू मजबूत होतात व नैसर्गिक प्रसूती होण्यास, बाळाची वाढ होण्यास मदत होते.

शारीरिक स्वास्थाबरोबर मानसिक स्वास्थ चांगले राहण्यासाठी प्राणायाम करणे चांगले. यामध्ये अनुलोम, विलोम, ॐकार करावे. ध्यान करणे चांगले. त्याचप्रमाणे चांगल्या गोष्टी बघणे, ऐकणे, चांगली पुस्तके वाचणे, चांगले संगीत ऐकणे अशा गोष्टी करणे हितकर असतात.

सूतिका परिचर्या

सूतिका म्हणजे प्रसूत झालेली स्त्री. सूतिका परिचर्या म्हणजे प्रसूत झाल्यापासून स्त्रीने करावयाच्या गोष्टी.

स्त्री प्रसूत झाल्यानंतर शरीरातील वातदोष वाढतो. या वाताच्या शमनाची गरज या सूतिकाकाळामध्ये असते.

या काळात जर अपथ्यकर आहार व विहार केला तर सूतिकेला अनेक व्याधी होण्याची शक्यता असते.

तसेच या काळात जर योग्य ती काळजी घेतली नाही तर त्याचे दुष्परिणाम आयुष्यभर सतावत राहतात.

म्हणून सूतिका परिचर्या ही प्रसूतीनंतरची महत्त्वाची परिचर्या आहे.

सुतिकेसाठी पहिला १$^{१}/_{२}$ महिना हा तिच्या आरोग्याच्यादृष्टीने महत्त्वाचा असतो. सूतिका स्त्रीने या १$^{१}/_{२}$ महिन्यांमध्ये आपल्या आहारा-विहारामध्ये नेहमीपेक्षा बदल करावे लागतात; तसेच काही गोष्टींचे पालन करावे लागते. आता कोणकोणत्या गोष्टी कराव्या लागतात, त्या खालीलप्रमाणे-

आहार

नैसर्गिक प्रसूती झालेली असल्यास त्या स्त्रीला पहिले तीन दिवस तूपमिश्रित पातळभात, खिरी करून देतात व त्यानंतर दीपक, पाचक औषधींनी सिद्ध केलेला मऊ भात तूप घालून देतात. तसेच तुपाची फोडणी दिलेल्या वातशामक भाज्या खाण्यास देतात. उदा. मेथी, भेंडी त्याबरोबरच उष्णोदक पिण्यास देतात. यासोबत दुधामध्ये शिजवलेल्या अहळीव/हळीव, खसखस यांच्या खिरीही देतात. त्यानंतर स्त्रीच्या अग्निनुसार, ऋतुनुसार आहारामध्ये बदल करून प्राकृत आहार देतात. स्तन्यजनन

भरपूर व्हावे तसेच ताकद यावी यासाठी डिंक, खारीकसारख्या सुक्यामेव्यापासून लाडू बनवून देतात.

परंतु, सिझेरियन झालेले असल्यास प्रथम १-२ दिवस काही देत नाही नंतर पातळ देण्यास सुरुवात करावी व नंतर अग्निबलानुसार वरील आहार देत जावे.

अशा प्रकारे १ ते १¹/₂ महिन्यांपर्यंत स्त्रीने खाण्यामध्ये पथ्यकर आहाराचा समावेश करावा.

विहार

१) स्नेहन : प्रसूतीनंतर दुसऱ्या दिवसापासून स्त्रीच्या शरीराला कोणत्याही वातशामक तेलाने मर्दन करतात जेणेकरून तिचा थकवा दूर होऊन स्त्रीला बरे वाटावे.

स्नान

आयुर्वेदामध्ये सूतिकेला स्नान केव्हा घालावे याविषयी मतभिन्नता आहे. काही आचार्यांनी ४-५ दिवसांनी स्नान घालावे, तसेच काही आचार्यांनी ११व्या दिवशी स्नान घालावे असे वर्णन आढळते. त्यांच्यामते, सुरुवातीचे काही दिवस सूतिका ही थकलेली असते व तिला विश्रांतीची गरज असते.

त्यामुळे पहिले तीन दिवस सर्वांगस्नानाऐवजी योनिभागाची स्वच्छता उष्ण पाण्याने करावी, असे आचार्यांचे मत आहे. परंतु, आजच्या वर्तमानपरिस्थितीचा विचार करून व्यावहारिकदृष्ट्या स्नान लवकर करण्यास हरकत नाही. उलट, यामुळे वातशमनास मदत होते. सूतिकेचे बल चांगले असल्यास व नैसर्गिक प्रसूति झाली असेल व व्रण असेल तर व्रणाच्या जागी वॉटरप्रुफ ड्रेसिंग करून सुकोष्ण पाण्याने दुसऱ्या दिवसापासून स्नान करण्यास हरकत नाही व हितकारीही असते; तसेच सिझेरियन पद्धतीने प्रसूती झाली असेल, तर १-२ दिवस गरम पाण्याने अंग पुसून घेऊन २ दिवसांनी व्रणाच्या ठिकाणी वॉटरप्रुफ ड्रेसिंग करून स्नान करण्यास हरकत नाही; यामुळे सूतिकेच्या वातशमनाला मदत होते. हे सर्व वर्तमानकाळाचा विचार करून लिहिलेले आहे. यामध्येसुद्धा वैद्यानुसार तसेच डॉक्टरनुसार मतभिन्नता असू शकते.

२) पटबंध : प्रसूतीनंतर पोटाचे स्नायू शिथिल व सैल झालेले असतात; त्यामुळे पटबंध (Abdominal Belt) बांधणे गरजेचे असते; यामुळे पोटाचा आकार प्राकृत होण्यास मदत होते.

३) धूप : योनीप्रदेशी ओवा, शेपा, धूप, विडंग, गुग्गुळ यांची धुरी द्यावी; यामुळे तेथे व्रण असेल तर जंतूसंसर्ग होत नाही; तसेच इतर अंगही शेकणे गरजेचे असते.

कोणत्या गोष्टी टाळाव्यात

सूतिकेने संताप, कष्ट, दुःख, मोठ्याने बोलणे, भरपूर प्रवास करणे, ऊन-वारा यांच्यामध्ये फिरणे, खाण्यामध्ये अपथ्यकर खाणे, अशा गोष्टी करणे टाळाव्यात; अन्यथा त्याचा वाईट परिणाम होऊन व्याधी होण्याची शक्यता असते.

औषधी उपचार

गर्भाशयातील स्राव व अपराचा भाग बाहेर येण्यासाठी गर्भाशयशोधक औषधांचा वापर करावा लागतो. त्यासाठी काळाबोळ (कोरफडीच्या रसापासून बनविलेले औषध) व गूळ एकत्र करून देतात; तसेच वातशमनासाठी दशमूलारिष्ट गरम पाण्यामधून घेतात किंवा दशमूळकाढाही घरी बनवून घेता येतो; तसेच कोष्ठ व मलशुद्धीसाठी एरंडतेल सुंठीच्या काढ्यामधून घ्यावे; तसेच भरपूर स्तन्य उत्पत्तीसाठी शतावरीकल्पासारखे औषधी तसेच अहळीव, बाळंतशेपा, खसखस यांचा वापर करतात. सध्या बाळंतकाढे १, २, ३ या नावाने औषधी बाजारात उपलब्ध आहेत. ते घेतल्यास उत्तम फायदा होतो. अशा प्रकारे सूतिकेने आपल्या आहारामध्ये जुन्या तांदळाचा भात, साजूक तूप, दूध, खसखशीची खीर, सुंठीपाक, डिंकाचे लाडू, अहळीवाची खीर, लाडू असे स्निग्ध, पौष्टिक पदार्थ तसेच मेथी, भेंडी, डाळींचे वरण यांचा जेवणात समावेश करावा.

८ पंचकर्मे

सध्या आपण 'पंचकर्म चिकित्सा केंद्र' असा बोर्ड वाचतो; पण पंचकर्म चिकित्सा म्हणजे नेमके काय? अथवा पंचकर्म कोणत्या आजारामध्ये करतात? त्याचे फायदे काय? याविषयी आपल्याला काही माहिती नसते; तर ती माहिती आपल्याला कळेल अशा भाषेत व थोडक्यात देण्याचा मी या ठिकाणी प्रयत्न करत आहे.

सर्वप्रथम, पंचकर्म म्हणजे काय?

तर पंचकर्म ही आयुर्वेदिक चिकित्सा पद्धतीतील एक उपक्रम आहे. आयुर्वेदामध्ये चिकित्सा ही मुख्यतः दोन प्रकाराने केली जाते.

चिकित्सा प्रकार < शोधन / शमन

शोधन – प्रकुपित किंवा वाढलेल्या दोषांचे शरीराबाहेर निर्हरण करणे.

पंचकर्म हा एक शोधन चिकित्सेचा प्रकार आहे. पंच म्हणजे पाच व कर्म म्हणजे क्रिया/कार्य. परंतु, या ठिकाणी पाच प्रकारच्या चिकित्सा पद्धती/उपक्रम असा अर्थ अपेक्षित आहे. आता, पंचकर्मामध्ये खालील कर्मांचा समावेश होतो.

१) वमन

२) विरेचन

३) आस्थापन बस्ती

४) अनुवासन बस्ती

५) नस्य यामध्येही अनेक आचार्यांची मतमतांतरे आहेत. काहीजण रक्तमोक्षणाचाही समावेश पंचकर्मांमध्ये करतात.

परंतु, सर्वमान्य अशी वरील पाचकर्मे पंचकर्मांमध्ये समाविष्ट केलेली आहेत. आजारानुरूप, व्यक्तीनुरूप, ऋतुनुसार ही पंचकर्मे रुग्णावर केली जातात.

शमन - म्हणजे औषधींद्वारे दोषांचे व्याधी अवस्थेत शमन करणे.

पंचकर्मांचे फायदे

१) पंचकर्म हे आयुर्वेद चिकित्सेमधील एक असे शस्त्र आहे की, व्याधीरूपी शत्रूचा थोड्या काळामध्ये नाश होतो.

पंचकर्म ही शोधन चिकित्सा आहे. यामध्ये वाढलेले दोष शरीराबाहेर काढले जातात; त्यामुळे व्याधी परत परत होण्याची शक्यता कमी असते.

२) यामुळे 'आयुर्वेद म्हणजे उशिरा गुण येणे' या मताला तडा जातो; यामुळे लवकर व्याधी बरा होतो व रुग्णालाही कमी दिवस औषध घ्यावे लागले याचा आनंद होतो.

३) पंचकर्मांमुळे क्लिष्ट व्याधी की जी औषधांमुळे बरी होत नाही, त्यामध्ये लवकर व चांगला फरक पडतो.

आता, प्रत्येक पंचकर्मांचे सविस्तर वर्णन खालीलप्रमाणे-

पूर्वकर्मे

वमन, विरेचन, आस्थापन बस्ती, अनुवासनबस्ती, नस्य ही पंचकर्मे करण्यापूर्वी काही पूर्वकर्म करून घेणे जरुरीचे असते. त्यामध्ये स्नेहन, स्वेदन.

स्नेहन

स्नेहन म्हणजे वसा, मज्जा, तूप व तेल या स्नेह द्रव्यांनी शरीराचे बाह्य व अभ्यंतर स्नेहन करून घेणे. साधारण अभ्यंतर स्नेहनासाठी तूप व तेल वापरतात. परंतु, अभ्यंतर स्नेहन कशाने करायचे हे दोषानुरूप वैद्य ठरवीत असतो.
बाह्य स्नेहनासाठी म्हणजेच अभ्यंगासाठी तेलाचा वापर करतात.

अभ्यंतर स्नेहन

अभ्यंतर स्नेहन करताना रुग्णाच्या प्रकृतिनुसार, वाढलेल्या दोषानुरूप एक स्नेह दररोज वाढत्या मात्रेमध्ये सकाळी उपाशीपोटी कोमट पाण्याबरोबर पिण्यास देतात. वाढत्या मात्रेमध्ये म्हणजे ५० मिली, ७५ मिली, १०० मिली, १२५ मिली असे करून सम्यक स्नेहनाची लक्षणे वैद्यास दिसू लागेपर्यंत देतात व नंतर स्नेहन बंद करतात. अभ्यंतर स्नेहनासाठी महातिक्त घृत, पंचतिक्त घृत यांसारखे तूप वापरतात. तेलामध्ये तीळतेल (वैद्यकीय) वापरतात. शक्यतो घृताचा वापर अधिक करतात.

त्यानंतर ज्या वेळी भूक लागेल त्या वेळी हलके खावयास सांगतात. आता, हे स्नेहन रुग्णाच्या प्रकृतिनुसार, व्याधीनुसार, रुग्णाच्या कोष्ठानुसार (पोटाच्या स्थितीनुसार) ३, ५, ७ दिवस देतात; किंवा सम्यक स्नेहनाची लक्षणे दिसेपर्यंत चालू ठेवतात.

स्नेहनामुळे शरीराला मार्दवता येते; तसेच, स्नेहनामुळे शरीरात पसरलेले दोष स्वस्थानामधून सुटण्यास मदत होते. जसे चपाती तव्याला चिकटलेली असेल त्या वेळी तेल, तूप सोडले असता चिकटलेली चपाती निघते; त्याचप्रमाणे दोष सुटे होतात; तसेच स्नेहनामुळे शरीराला मार्दवता आल्यामुळे शरीरावर पंचकर्माचे दुष्परिणाम दिसत नाहीत. ज्याप्रमाणे वाळलेली काठी तोडली असता पटकन् तुटते परंतु ओली काठी तुटत नाही; त्याचप्रमाणे रुग्णाला थकवा येत नाही व बलहानीही होत नाही; म्हणून पंचकर्मांपूर्वी पूर्वकर्म म्हणून स्नेहन करणे गरजेचे आहे.

स्वेदन

स्नेहनाबरोबर स्वेदन घेणे गरजेचे आहे. स्वेदन म्हणजे शेक घेणे. स्वेदन हे सर्वांगाला दिले जाते. स्वेदनाचे अनेक प्रकार आहेत.

पंचकर्मापूर्वी पेटीस्वेद दिला जातो. स्वेदनासाठी स्वेदनपेटी असते; त्यामध्ये बसवून अथवा झोपवून रुग्णास स्वेदन दिले जाते. सम्यक स्वेदनाची लक्षणे दिसू लागल्यानंतर स्वेदन देणे थांबवितात. स्वेदन कोणत्या प्रकारचे व किती वेळ हे वैद्य ठरवितो. स्वेदनाने शरीरात पसरलेले दोष कोष्ठात येण्यास मदत होते. स्नेहन चालू केल्यापासून स्वेदनही करतात. ते शक्य नसल्यास स्नेहनाच्या शेवटचे १ ते २ दिवस स्वेदन करतात.

पंचकर्म करण्याच्या दिवशी 'स्नेहन' व 'स्वेदन' करणे गरजेचे असते. स्नेहन व स्वेदनाने दोषांना कोष्ठामध्ये आणले जाते व ते जवळच्या मार्गाने शरीराबाहेर काढले जातात.

यानंतर पंचकर्म करण्यास सुरुवात केली जाते. आता पंचकर्माविषयी माहिती–

१) **वमन :** दैनंदिन जीवनामध्ये बऱ्याच व्यक्तींना पित्तामुळे प्रवासात उलटी होत असते. परंतु, आयुर्वेदात त्याला 'छर्दी' म्हणतात. वमन म्हणजे स्नेहन व स्वेदन ही पूर्वकर्मे करून, उलटी होण्याचे औषध देऊन, उलट्या करावयास लावणे. वमन हे कफज व पित्तज विकारांवर हितकारी असते. वमनाने या दोषांचे निर्हरण केले जाते.

वमनाची आवश्यकता : कफप्रधान व्याधींमध्ये वमन करणे उपयुक्त असते. त्यामध्ये

दमा, खोकला, अपचन होणे, भूक न लागणे, मळमळ, तोंडाला चव नसणे, वारंवार सर्दी होणे, तोंडाला पाणी सुटणे, अंगात रक्त कमी असणे, त्वचेसंबंधी आजार, मधुमेह, स्थौल्य, मूळव्याध, मानसिक आजार, नवीन आलेला ताप, मूत्र किंवा मल, योनिवाटे रक्त जाणे वगैरे अशा अनेक व्याधींमध्ये वमनाने जादू केल्याप्रमाणे फरक दिसतो.

आमाशय (पोट) शोधन करणारे कर्म म्हणून वमन ओळखले जाते. वमन हे रुग्णाचे बल, व्याधी यांचा विचार करून करतात.

वमनाचे विधी

स्नेहन, स्वेदन झाल्यानंतर 'वमन' करावयाचे असते. वमन करावयाच्या आदल्यारात्री रुग्णाला कफ वाढविणाऱ्या पदार्थांचे उदा. उडीद, दही, भात वगैरे सेवन करावयास सांगतात.

रात्रीचे भोजन नीट पचलेले आहे, रात्री नीट झोप झालेली आहे, सकाळी पोट साफ झालेले आहे अशा रुग्णाला सकाळी स्नेहन व स्वेदन करून त्या रुग्णाला वमन करण्यासाठी मानसिकरीत्या तयार करणे गरजेचे असते.

त्याला सर्व सूचना द्यावयाच्या असतात. त्यानंतर रुग्णाला वमन खुर्चीमध्ये बसवून प्रथम थोडे दूध पिण्यास देतात. त्यानंतर वमनाचे चाटण दिले जाते व नंतर रुग्णाला काढा, उसाचा रस, दूध, मीठ व कोमट पाणी यांपैकी एक द्रव आकंठ पिण्यास देतात. वमन चाटणामुळे रुग्णाला उलटीची भावना होते व वेग येण्यास सुरुवात होते. रुग्णाला वारंवार द्रव आकंठ पिण्यास द्यावे लागते व वेग येत राहातात.

अशा प्रकारे ठरावीक संख्येत वेग आल्यानंतर अथवा सम्यक वमनाची लक्षणे दिसू लागल्यानंतर द्रव पिण्यास देणे बंद करावे लागते; त्यानंतर रुग्णाला गरम पाण्याने तोंड धुऊन घ्यावयास सांगतात; नंतर पश्चातकर्म म्हणून वमन झाल्यानंतर रुग्णाला धूमपान देतात.

धूमपान म्हणजे नाकावाटे औषधी धूर घेणे; यामुळे घशाला चिकटून राहिलेला कफ काढला जातो; काहीजण वमनानंतर दुसऱ्या-तिसऱ्या दिवशी बस्तीही देतात. वमन झाल्यानंतर रुग्णास संसर्जनक्रम सांगितला जातो. संसर्जनक्रम हा किती वमन वेग आला, किती शुद्धी झाली यावर शक्यतो ठरवितात. साधारणत: संसर्जनक्रम हा ५-७ दिवसांचा असतो.

संसर्जनक्रम हा संध्याकाळपासून सुरू होतो. संसर्जनक्रम म्हणजे रुग्णाने आहारामध्ये पाळावयाचे पथ्य व आहारक्रम होय. वमन झालेल्या दिवशी संध्याकाळी

रुग्णास लाह्या खाण्यास देतात व दुसऱ्या दिवसापासून पातळभात, मऊभात, घट्टभात, वरणभात असा पाच दिवसांचा आहारक्रम दिला जातो व जशी रुग्णाची पचनशक्ती वाढेल त्यानुसार रुग्णाला नेहमीचा आहार घ्यावयास सांगतात; त्यानंतर एखादे आयुर्वेदिक रसायन (Tonic, Antioxident) सुरू करतात.

अशा पद्धतीने हे कर्म केले जाते; परंतु, उलट्या करून रुग्णामध्ये आपणास (Dehydration) रसक्षयाची लक्षणे दिसत नाहीत कारण वमनापूर्वी केलेल्या सम्यक स्नेहन स्वेदनामुळे!

२) **विरेचन :** अधोमार्गाने दोषांना बाहेर काढण्याच्या क्रियेला 'विरेचन' म्हणतात. विरेचन ही मुख्यत: पित्तावरील चिकित्सा आहे; परंतु, पित्तस्थानगत कफावरील तसेच वातावरसुद्धा ही चिकित्सा काम करते.

विरेचन चिकित्सा

१) पित्तदोषासाठी तसेच पित्तप्रधान व्याधींसाठी उदा. दाह, कावीळ.
२) दूषित रक्तामुळे होणाऱ्या रक्तजव्याधीसाठी उदा. वातरक्त, वांग.
३) नाकामधून रक्त वाहाणे.
४) वमनानंतर विरेचन करणे चांगले.

विरेचन विधी

वमनाप्रमाणे विरेचनामध्येही पूर्वकर्म म्हणून स्नेहन व स्वेदन हे ५ ते ७ दिवस रुग्णावस्था, रुग्णबल, व्याधी, रुग्णप्रकृतिपरीक्षण करून केले जाते.

वमनानंतर जर विरेचन करावयाचे असेल तर ते १५ व्या दिवशी करावयाचे असते. त्यापूर्वी वमनानंतर ९ व्या, १० व्या, ११ व्या, १२ व्या दिवसापर्यंत स्नेहन करून १२, १३, १४, १५ व्या दिवशी बाह्य स्नेहन व स्वेदन केल्यानंतर चवथ्यादिवशी विरेचन द्रव्य पिण्यास देतात. विरेचन द्रव्य हे उपाशीपोटी सकाळी दिले जाते. विरेचनासाठी वेगवेगळी औषधे वापरतात; ती रुग्णाच्या कोष्ठानुसार (कोठा), दोषानुसार वापरतात. रुग्णास जुलाबाचे वेग येतात; विरेचनाच्या वेगानुसार (३०, २०, १०) उत्तम, मध्यम, हीन शुद्धी ठरविली जाते.

वमनाप्रमाणे विरेचनामध्येही जुलाब होऊनही स्नेहन स्वेदनामुळे रसक्षयाची लक्षणे रुग्णात दिसत नाहीत.

३) **बस्ती :** आयुर्वेदीय, पंचकर्म चिकित्सेमधील बस्ती हा एक महत्त्वपूर्ण उपक्रम आहे. 'बस्ती'हा शब्द अनेक उपक्रमांसाठी वापरण्यात आला आहे.

बस्ती म्हणजे

- गुदमार्गामधून तेल, काढा वगैरे द्रव शरीरात सोडला जातो; त्याला 'बस्ती' म्हणतात. याला एनिमासुद्धा म्हणतात.
- डोक्याच्या ठिकाणी टोपीसारखे करून त्यामध्ये तेल घातले जाते व ठरावीक वेळ तसेच ठेवतात याला 'शिरोबस्ती' म्हणतात.
- मूत्रमार्गामधून अथवा स्त्रियांच्यामध्ये योनिमार्गे तेल, तूप, काढा, घातला जातो याला 'उत्तरबस्ती' म्हणतात.
- मानेच्या ठिकाणी उडीदाच्या पीठाची पाळी करून त्यामध्ये कोमट तेल घालतात याला 'मन्याबस्ती' म्हणतात.
- हृदयाच्या ठिकाणी उडीदाच्या पीठाची पाळी बनवून यामध्ये कोमट तेल ठरावीक वेळ ठेवतात याला 'हृदयबस्ती' म्हणतात.
- कमरेच्या प्रदेशी उडीदाच्या पीठाची पाळी करून कोमट तेल ठरावीक काळापर्यंत त्यात ओतून ठेवतात; त्याला 'कटीबस्ती' म्हणतात.
- गुडघ्याच्या सांध्याच्याठिकाणी पाळी करून त्यामध्ये कोमट तेल ठरावीक काळापर्यंत ओतून ठेवतात त्याला 'जानुबस्ती' म्हणतात.

अशा प्रकारे बस्ती हा शब्द अनेक ठिकाणी वापरला आहे; परंतु, प्रथम आपण या ठिकाणी गुदमार्गाने देण्यात येणाऱ्या बस्तीविषयी माहिती घेऊ या.

बस्ती : जेव्हा 'बस्ती' हा शब्द एकेरी वापरला जातो त्या वेळी त्याचा अर्थ गुदमार्गावाटे तेल, काढा वगैरे मोठ्या आतड्यामध्ये सोडणे होय.

या बस्तीचे दोन प्रकार

१) **आस्थापन/निरुह :** या दोन प्रकारच्या बस्तींमध्ये मुख्य घटक हा काढा असतो. दोन्हींमध्ये सूक्ष्म फरक आहे. आस्थापनांमध्ये काढा, मध, तेल सैंधव यांसारखी घटक द्रव्ये असतात. हा काढा थोडावेळ आतड्यामध्ये धारण झाला तरी चालतो. परंतु, निरुह हा केवळ काढ्याचा असतो व तो लगेच बाहेर येणे गरजेचे असते.

२) **अनुवासन :** यामध्ये फक्त तेलाचा वापर करतात. औषधीसिद्ध तेल बस्ती देण्यासाठी वापरतात. आस्थापन/निरुह बस्तीचे अनेक प्रकार पडतात.

- **आस्थापन बस्ती :** शोधन बस्ती–दोष व मलांचे शोधन करणे.
- **लेखनबस्ती :** मेदधातू कमी करून स्थूलता कमी करण्यासाठी.

- **बृहणबस्ती :** जो रसादी धातूंना वाढवून शरीराचे बृहण करतो.
- **कर्मबस्ती :** यामध्ये एकूण ३० बस्ती देतात. यामध्ये अनुवासन व निरुह एका ठरावीक विशिष्ट क्रमाने दिले जातात.
- **कालबस्ती :** यामध्ये एकूण १६ बस्ती दिल्या जातात. यामध्ये आस्थापन/ निरुह विशिष्ट क्रमाने देतात.
- **योगबस्ती :** यामध्ये ८ बस्ती असतात. अनुवासन व निरुह विशिष्ट क्रमाने देतात.
- **यापन :** याचा उपयोग बल, शुक्र, मांस वाढविण्यासाठी करतात.
- **पिच्छाबस्ती :** अतिसार, रक्तजाणे या ठिकाणी देतात.
- **रक्तबस्ती :** रक्त वाढण्यासाठी रक्ताचा बस्ती देतात.

अनुवासनाचे दोन प्रकार पडतात.

- **स्नेहबस्ती :** यामध्ये स्नेहाचे प्रमाण अधिक असते. रुग्णावस्था, व्याधी बघून स्नेहबस्तीची मात्रा ठरविली जाते.
- **मात्राबस्ती :** यामध्ये स्नेहाचे प्रमाण स्नेहबस्तीपेक्षा कमी असते.

बस्तीचे फायदे

बस्तीही चिकित्सा वातप्रधान व्याधीसाठी करतात; परंतु, बस्ती ही चिकित्सा त्रिदोष व रक्तज व्याधींसाठीही करतात.

वात दोष जिंकता आल्यास इतर दोष साम्यावस्थेत येतात; यामुळे आयुर्वेदात बस्तीला संपूर्ण चिकित्सेमधील अर्धी चिकित्सा मानली जाते. बस्ती चिकित्सा सर्व प्रकारच्या वातव्याधीवर केली जाते; परंतु, कोणत्या प्रकारची बस्ती देणे हे वैद्याने ठरवावे लागते.

ग्रंथामध्ये आस्थापन व अनुवासन कोणास, कोणत्या व्याधीवर द्यावयाचे यांचे वर्णन मिळते; परंतु, आपल्याला होणारे फार थोडे आजार सोडले तर प्रत्येक आजारामध्ये अनुवासन/निरुह पैकी एक तरी बस्ती द्यावा लागतो; कारण कोणत्याही आजाराला 'वात' हा दोष कारणीभूत असतो. तो बिघडला की इतर कफ, पित्त या दोन दोषांच्या साम्यावस्थेत बिघाड होतो व व्याधी निर्माण होतो; म्हणून वातावरील श्रेष्ठ चिकित्सा बस्ती प्रत्येक व्याधीसाठी उपयोगी पडते. फक्त कोणत्या प्रकारचा बस्ती द्यावयाचा, कोणत्या व्याधीमध्ये कोणत्या रुग्णामध्ये, किती मात्रेत द्यावा हे वैद्याने ठरविणे गरजेचे असते.

बस्ती विधी : आस्थापन/ निरुह – हा बस्ती उपाशीपोटी दिला जातो.

बस्तीपूर्वी रुग्णाचे स्नेहन (बाह्य) व स्वेदन केले जाते; त्यानंतर रुग्णाला डाव्या कुशीवर झोपवून, डावा पाय सरळ ठेवावयास सांगतात व उजवा पाय गुडघ्यात दुमडून पोटाजवळ आणावयास सांगतात; नंतर रुग्णास तोंड उघडे ठेवून श्वास घेण्यास सांगतात व त्याचवेळी बस्तीयंत्राने बस्तीद्रव्य गुदमार्गात सोडला जातो. या काढ्याची मात्रा रुग्णानुसार वेगळी असते. बस्ती देत असताना मल वेग येतो अथवा नंतर येतो त्या वेळी रुग्णास मलविसर्जनास जाण्यास सांगतात. २–३ मलवेग आल्यानंतर काढा व इतर घटक मलाबरोबर बाहेर येतात. यानंतर रुग्णास गरम पाणी पिण्यास देतात व भूक लागल्यानंतर हलका आहार घ्यावयास सांगितले जाते.

अनुवासन

अनुवासनबस्ती हा जेवणानंतर दिला जातो. रुग्णाची बस्ती देण्याची स्थिती ही आस्थापनाप्रमाणेच असते.

परंतु, बस्ती हा बस्ती तेलाचा देतात व बस्ती दिल्यानंतर रुग्णास पालथे झोपावयास सांगून त्याच्या नितंबावर थाप मारतात. हा बस्ती १२ तासानंतर बाहेर येणे गरजेचे असते, म्हणून रुग्णास परिश्रम न करण्यास सांगतात.

दोन्ही प्रकारचे बस्ती करण्यापूर्वी रुग्णाचे मलमूत्र विसर्जन झालेले असणे चांगले असते.

मात्राबस्ती

मात्राबस्तीही अशाचप्रकारे देतात; परंतु, यामध्ये स्नेहाची मात्रा ही अनुवासन बस्तीपेक्षा कमी असते; यामुळे अनुवासनबस्तीप्रमाणे १२ तास धारण झाला नाही तरी चालतो. मात्राबस्ती हा ६ तासांपर्यंत धारण करणे फायदेशीर असते.

अशा प्रकारे ज्याप्रमाणे एखाद्या झाडाच्या मुळावर पाणी टाकल्यावर जसे झाड टवटवीत होते, त्याप्रमाणे बस्ती दिल्याने शरीर निरोगी, टवटवीत व स्वस्थ बनते. अशी ही बस्तीची महती!

नस्य

'नासा ही शिरसो द्वारम्' म्हणजेच नाक म्हणजे शिराचे दार आहे असे म्हटले जाते. एखादे औषधीद्रव्य डोक्यामध्ये जाणे अपेक्षित असेल तर ते नाकामधून घातले जाते; याला 'नस्य' म्हणतात. खांद्यावरील आजारांसाठी नस्य हा उपक्रम केला जातो. नस्य करण्यासाठी औषधीसिद्ध तेल, वनस्पतींचा रस, चूर्ण वापरतात. कोणत्या प्रकारचे नस्य करावयाचे हे व्याधीनुसार वैद्य ठरवितो.

फायदे

- नस्यामुळे डोळ्यांचे आजार होत नाहीत.
- कान व नाकांचे आजार होत नाहीत.
- दाढी व डोक्याचे केस लवकर पांढरे होत नाहीत.
- केस गळत नाहीत.
- वारंवार सर्दी होत नाही. डोके दुखणे थांबते.
- आवाज चांगला व स्पष्ट होतो.
- चेहऱ्यावर वांग व सुरकुत्या येत नाहीत.
- दात मजबूत होतात.
- इंद्रियांची ज्ञान ग्रहण करण्याची शक्ती वाढते.
- मानसिक आजारावरही नस्याचा फायदा होतो.

नस्य प्रकार : नस्याचे मुख्यतः तीन प्रकार आहेत.

१) विरेचन नस्य.
२) बृहण नस्य.
३) शमन नस्य.

१) विरेचन नस्य : मान आखडणे, आवाज बसणे, वारंवार सर्दी होणे, मानसिक आजार, नाकाला वास न समजणे, तोंडाला सूज व जडपणा वाटणे, अधिक झोप येणे, अशा प्रकारची कफ वाढल्याची लक्षणे असता 'विरेचन नस्य' देतात.

विरेचन नस्यासाठी मोहरी तेलासारखी तीक्ष्ण तेले किंवा चूर्णही वापरतात; परंतु, हे सर्व रुग्णाचे बल पाहून वैद्य ठरवितो.

२) बृहण नस्य : डोकेदुखी, डोळ्यांचे आजार, दात दुखणे, कानामध्ये आवाज, जीभ अडखळत बोलणे व वात व्याधी, निद्रानाश आदी वातज लक्षणे असता बृहण नस्य देतात. या प्रकारच्या नस्यासाठी मधुर औषधांनी सिद्ध केलेले तूप, तेल वापरतात.

बऱ्याच वेळा मधुर औषधींचा रसही वापरतात.

३) शमन नस्य : केस पिकणे, कोंडा होणे, गळणे अशा केस विकारांमध्ये, तसेच केसांमध्ये चाई पडणे, वांग उठणे, तीळ अधिक असणे अशा पित्तप्रधान दोष असणाऱ्या व्याधींमध्ये शमन नस्य देतात. स्वस्थ व्यक्तीलासुद्धा शमन नस्य देता येते.

प्रधमन : औषधी चूर्ण नस्यासाठी वापरतात, त्याला 'प्रधमन नस्य' म्हणतात.

मर्ष व प्रतिमर्ष

मर्ष व प्रतिमर्ष नस्यामध्ये फक्त देण्याच्या प्रमाणामध्ये फरक आहे. मर्ष नस्यामध्ये स्नेहाचे प्रमाण प्रतिमर्षापेक्षा अधिक असते. प्रतिमर्ष नस्यामध्ये स्नेहाचे प्रमाण कमी असून ते दररोज दोन वेळा, कोणत्याही वेळी करता येते.

अवपीडक नस्य

औषधी द्रव्ये, घृत मिसळून कल्क केला जातो व तो पिळून त्यातून पडणाऱ्या द्रव द्रव्याने नस्य दिले जाते या प्रकाराला 'अवपीडक नस्य' म्हणतात.

ओल्या वनस्पतींचा कल्क करून, तो पिळून काढून, त्याचा रस नाकामध्ये टाकतात. याला 'अवपीडक नस्य' म्हणतात.

नस्य विधी

ज्या रुग्णाला नस्य द्यावयाचे आहे त्याला मलमूत्र विसर्जन करून येण्यास सांगतात, त्या रुग्णाने थोडेफार खाल्लेले असावे; नंतर त्याला बिछान्यावर उताणे झोपावयास सांगतात. पायाकडील बाजू थोडी उंच असावी लागते. त्यानंतर त्याच्या मानेला, चेहऱ्याला तेल लावून अभ्यंग करतात व यानंतर त्या भागाला शेक देतात. नंतर नस्यद्रव्य स्नेह असल्यास ते कोमट करून घेतात. यानंतर रुग्णाचे डोके, बिछान्याच्या टोकाशी नेऊन थोडे खाली लोंबते ठेवावे अथवा बिछान्यावरच खांद्याखाली उशी दिल्यास मान थोडी खाली जाते. नंतर एक नाकपुडी बंद करून दुसऱ्या नाकपुडीत नस्यद्रव्य घालतात; नंतर नस्यद्रव्य घातलेली नाकपुडी बंद करतात; नंतर दुसऱ्या नाकपुडीने श्वासोच्छ्वास घ्यावयास सांगतात व नंतर दुसऱ्या नाकपुडीत नस्यद्रव्य घालतात व ती नाकपुडी बंद करून दुसऱ्या नाकपुडीने श्वास घेण्यास सांगतात.

यानंतर रुग्णाच्या घशाशी नस्यद्रव्य आल्यास ते गिळायचे नाही, असे सांगतात व नंतर १० मिनिटे सरळ झोपण्यास सांगतात व नंतर परत स्नेहन व स्वेदन देतात व नंतर रुग्णास घशामध्ये आलेले नस्यद्रव्य थुंकण्यास सांगतात व नंतर गरम पाण्याने चूळ भरण्यास सांगतात.

हा सर्व विधी बंद व निर्वात खोलीत करणे आवश्यक आहे; यानंतर त्या रुग्णास औषधी द्रव्यांचा धूर दिला जातो व नंतर ४-५ तासांनंतर हलके जेवण करण्यास सांगतात.

नस्य करण्यासाठी शक्यतो तेलच वापरतात.

अशा प्रकारे आपण पंचकर्माविषयी थोडक्यात माहिती करुन घेतली आहे.

९ | इतर कर्मे

उत्तरबस्ती

उत्तरमार्गाने म्हणजे स्त्री व पुरुषाच्या मूत्रमार्गाने व स्त्रियांच्या योनीमधून जो स्नेह मूत्राशय व गर्भाशयामध्ये सोडला जातो त्या बस्तीला 'उत्तरबस्ती' म्हणतात.

फायदे

- गर्भाशयासंबंधी आजार – गर्भाशयाठिकाणी गाठी होणे.
- पाळीसंबंधी आजार – उशिरा येणे किंवा २-३ महिने न येणे.
- वारंवार होणारे गर्भपात टाळण्यासाठी.
- वंध्यत्व निवारण्यासाठी.
- मूत्राशयासंबंधी आजार.
- मूत्राश्मरी पडण्यासाठी.
- पुरुषांमध्ये मूत्रमार्ग बारीक होणे.
- वृद्धावस्थेमध्ये पौरुषग्रंथी वाढणे.

वरील सर्व आजारांवर उत्तरबस्ती ही जादूची कांडी फिरविल्याप्रमाणे तत्काळ उपशय देणारी ठरते.

परंतु, ही बस्ती देत असताना वैद्याने योग्य ती निर्जंतुकीकरणाची काळजी घेणे आवश्यक असते.

शिरोबस्ती

शिर म्हणजे डोके. डोक्यावर टोपीच्या आकाराच्या बस्तीयंत्रामध्ये औषधी सिद्ध केलेले कोमट तेल थोड्या कालावधीसाठी घालून ठेवणे याला 'शिरोबस्ती' म्हणतात.

यासाठी केस काढण्याची आवश्यकता असते.

फायदे

- निद्रानाश.
- मानसिक आजार.
- मतिमंदत्व, बोलण्यातील विकृती.
- केसांचे विकार - पिकणे, गळणे, कोंडा होणे.
- ब्लड प्रेशरचा त्रास अशा अनेक व्याधींमध्ये शिरोबस्तीचा अत्यंत चांगला उपयोग होतो.

प्रामुख्याने यामध्ये तेल वापरतात; यामुळे वातशमनाचे कार्य घडून येते. यामध्ये व्याधिनुरूप वेगवेगळी औषधीसिद्ध तेले कोमट करून वापरतात.

मन्याबस्ती

मानेच्या ठिकाणी उडीदाच्या पीठाची पाळी करून अथवा सध्या बाजारात असे बस्तीयंत्र तयार मिळतात; त्यामध्ये औषधीसिद्ध तेल कोमट करून, त्यामध्ये ओतून ठरावीक कालावधीसाठी ते धारण करून ठेवतात. त्याला 'मन्याबस्ती' म्हणतात.

फायदे

- मानेचे स्नायू आखडणे.
- मानेच्या मणक्यांची झीज होणे.
- मानेच्या मणक्यांमधील नस दबणे.
- खांद्यांचे स्नायू मजबूत बनणे.
- मानदुखी वगैरे व्याधींसाठी, दोषानुसार औषधीसिद्ध कोमट तेल वापरतात.

कटीबस्ती

कंबरेच्या भागी ज्या ठिकाणी वेदना होतात. त्याठिकाणी उडीदाच्या पीठाची पाळी करून, त्यामध्ये औषधीसिद्ध कोमट तेल ओतून, थोडा वेळ ठेवतात. याला 'कटीबस्ती' म्हणतात. यामध्ये वेगवेगळी औषधीतेले व्याधीनुरूप वापरतात; यामुळे दोषांचे शमन होते व कंबरेच्या वेदना कमी होतात.

फायदे

- कंबरदुखीसाठी.
- कंबरेचे स्नायू आखडल्यास.
- मणक्यांची झीज झाली असल्यास या प्रकारची कटीबस्ती केली जाते.

हृदयबस्ती

हृदयाच्या ठिकाणी उडीदाच्या पीठाची पाळी बनवून त्यामध्ये औषधीसिद्ध कोमट तेल घालतात. याला 'हृदयबस्ती' म्हणतात. सध्या बाजारामध्ये अनेक प्रकारची बस्ती यंत्रे मिळतात. ही बस्ती देण्यासाठी वापरतात.

फायदे

- हृदयाच्या ठिकाणी वेदना.
- ब्लडप्रेशर वाढणे.

  यावर ही बस्ती उपयुक्त ठरते.

जानुबस्ती

गुडघ्याच्या ठिकाणी उडीदाच्या पीठाची पाळी बनवून अथवा बस्तीयंत्र वापरून कोमट औषधीसिद्ध तेल त्यामध्ये घालतात व काही वेळ ते तसेच धारण करतात. याला 'जानुबस्ती' म्हणतात.

फायदे

- गुडघेदुखी, सूज येणे.
- गुडघ्यामधील सांध्याची झीज.
- गुडघ्याच्या ठिकाणी आवाज येणे.

  यावर ही बस्ती उपयुक्त ठरते.

रक्तमोक्षण

शरीरामधून रक्त काही ठरावीक मात्रेमध्ये काढणे याला रक्तमोक्षण म्हणतात. रक्तमोक्षण पित्तज व्याधींसाठी तसेच दूषित रक्तामुळे होणाऱ्या व्याधींसाठी उपयुक्त चिकित्सा आहे. रक्त व पित्त यांचा जवळचा संबंध आहे.

रक्तमोक्षणाचे प्रकार : आतुरावस्था तसेच व्याधीअवस्थानुसार रक्तमोक्षण करतात. रक्तमोक्षणाचे दोन प्रकार आहेत.

१) **शस्त्राद्वारे रक्तविस्रावण :** या प्रकारामध्ये रक्तमोक्षणासाठी शस्त्र वापरतात; याचे दोन प्रकार – प्रच्छान, सिरावेध/सिराव्यध.

२) **शस्त्ररहित रक्तमोक्षण :**

- जलौकावचारण – या प्रकारामध्ये शस्त्र वापरत नाहीत.
- श्रृंगावचारण
- अलाबु

१) शस्त्राद्वारे रक्तमोक्षण

- **प्रच्छान :** त्वचेच्या ठिकाणी दूषित रक्त जमलेले असल्यास त्या ठिकाणी त्वचेवर वरच्यावर फासण्या मारणे. (उभ्या, समांतर, एक दुसऱ्यापासून दूर, फार खोल नाही अशा रेषा)यासाठी वापरण्यात येणाऱ्या शस्त्राला चांगली धार असावी लागते.

- **सिरावेध :** आजार असेल त्याच्या जवळच्या शिरेमधून रक्त काढणे हा दोष सर्व शरीरामध्ये व्याप्त असेल तर या प्रकारच्या सिरावेधाचा उपयोग करतात.

२) शस्त्ररहित रक्तमोक्षण

- **जलौकावचारण :** जलौका पाणथळ जागी आढळतात. जलौकामध्ये सविष व निर्विष असे प्रकार पडतात. यांचा उपयोग भित्रे, नाजूक लोकांमध्ये रक्तमोक्षण करण्यासाठी करतात. जलौकावचारणापूर्वी स्थानिक स्नेहन व स्वेदन केले जाते. परंतु, ज्या दिवशी जलौका लावावयाच्या आहेत त्या दिवशी स्थानिक स्नेहन व स्वेदन करत नाहीत. ज्या ठिकाणी जलौका लावावयाची आहे. त्या भागी जलौकाचे तोंड नेले जाते व जलौका आपल्या तोंडाने त्वचेमध्ये चावा घेऊन रक्त शोषण्यास सुरुवात करते व दूषित रक्त शोषून घेते. जसजसे रक्त शोषले जाते तसतसे तिचा आकार वाढतो. जेव्हा दूषित रक्त शोषले जाते व शुद्ध रक्त येऊ लागते, त्यानंतर ती त्वरित रक्त पिणे सोडून खाली गळून पडते. त्यानंतर त्या जागी रक्तस्राव होत असल्यास त्या ठिकाणी रक्त गोठविणाऱ्या औषधी चूर्णांचा लेप करतात.

- **श्रृंगावचारण – श्रृंग म्हणजे शिंग :** श्रृंगाच्या साहाय्याने रक्त काढणे म्हणजे श्रृंगावचारण. ज्या जागेमधील रक्त काढावयाचे आहे त्या ठिकाणी प्रथम प्रच्छान (फासण्या) करून नंतर त्या ठिकाणी शिंग ठेवून वरील टोकाने वैद्य तोंडाने रक्त ओढतात. सध्या या प्रकाराने रक्तमोक्षण करत नाहीत.

- **अलाबु अवचारण :** अलाबु म्हणजे 'भोपळा'. याचा वापर करून रक्तमोक्षण केले जाते, यामध्ये ज्या ठिकाणचे रक्तमोक्षण करावयाचे आहे त्या ठिकाणी प्रच्छान कर्म करून आतून पोकळ केलेला भोपळा उलटा करून त्या ठिकाणी ठेवतात. त्यापूर्वी त्यामध्ये एक दिवा लावतात. तो दिवा विझल्यानंतर हवेच्या दाबाच्या विषमतेमुळे रक्त बाहेर येते व रक्तमोक्षण होते.

रक्तमोक्षण केव्हा व कोणामध्ये करावयाचे ?

रक्तमोक्षणासाठी शरद ऋतू योग्य असतो. या ऋतुमध्ये पित्ताचा प्रकोप असतो ; म्हणजेच ऑक्टोबरची गरमी या ऋतुमध्ये असते म्हणून या ऋतुमध्ये विरेचन व ते झाल्यानंतर रक्तमोक्षण करून घेणे गरजेच आहे.

विरेचन केल्याशिवाय शक्यतो रक्तमोक्षण करत नाहीत. विरेचनाने कोष्ठशुद्धी होते व रक्तमोक्षणाने शाखागत गेलेल्या दोषांची शुद्धी होते; म्हणून पित्तज व रक्तज व्याधींवर रक्तमोक्षण ही प्रभावी चिकित्सा म्हणून ओळखली जाते.

रक्तमोक्षणसाध्य व्याधी

त्वचेचे विकार, नागीण, वारंवार तोंड येणे, प्लीहा वाढणे, अंगावर काळपट डाग येणे, तोंडावर काळपट चट्टे येणे, कावीळ, खरूज, डोके दुखणे, मूळव्याध, चक्कर येणे, डोक्यात चाई पडणे, अती झोप येणे, पायाच्या ठिकाणी भेगा पडणे, गुडघेदुखी, सांधेदुखी, ज्वर, तोंडाचे व जिभेचे आजार, मानसिक आजार, अंगावर कोड उठणे, अंगावर तीळ अधिक असणे, डोळ्यांचे विकार, चामखीळ, अधिक क्रोध, वगैरे आजारांवर रक्तमोक्षण करणे गरजेचे असते; परंतु, कोणत्या प्रकाराने रक्तमोक्षण करायचे हे वैद्य ठरवितो. उदा. जलौका केव्हा वापरायच्या, सिरावेध कोणत्या आजारामध्ये करावयाचा हे वैद्य व्याधीतील दोष, रुग्णावस्था बघून ठरवितात.

१० इतर उपक्रम

आयुर्वेदामध्ये पंचकर्माबरोबर इतरही अनेक उपक्रम केले जातात. त्यामध्ये तर्पण, पूटपाक, गंडूष, धूमपान, अग्निकर्म, क्षारकर्म, विद्धकर्म, आश्चोतन यांचा समावेश होतो व याच्यामुळे व्याधी बऱ्या होण्यास मदत होते.

१) धूमपान

गरम निखाऱ्यावर औषधी चूर्ण टाकून तो निघणारा धूर नाकाने व तोंडाने घेऊन तोंडाने बाहेर टाकणे याला 'धूमपान' म्हणतात.

साधारणत: मानेच्या वरील आजारांवर 'धूमपान' उपयोगी पडते.

धूमपान योग्य आजार

डोकेदुखी, अर्धशिशी, आवाज बसणे, सर्दी, कान दुखणे, जास्त झोप येणे, डोक्यामध्ये जडपणा वाटणे, तोंडाचे आजार, यावर धूमपानाने अत्यंत लाभ होतो. यामध्ये धूर हा तोंडाने सोडावयाचा असतो. नाकाने घेऊन नाकानेच सोडायचा नसतो अन्यथा डोळ्यांना इजा होते.

२) गंडूष

तोंडामध्ये औषधी द्रव्याचा स्वरस, काढा अथवा तेल घेऊन त्यांच्या गुळण्या करणे म्हणजे 'गंडूष' होय.

विधी : ज्याला गंडूष घ्यावयाचा आहे त्याचे अगोदर गळा, गाल, कपाळ यांचे चांगले स्वेदन व मर्दन करून घेतात; नंतर निर्वात खोलीत सुखपूर्वक बसवून गंडूष द्रव्याची ठरावीक मात्रा जी वैद्याने ठरविलेली असते ती तोंडामध्ये धरतात.

उपयोग : तोंडामध्ये व्रण उत्पन्न होणे, आवाज बसणे, तोंड येणे, दातांच्या विकारांवर– दात हलणे, तोंडाची चव बदलणे किंवा दात मजबूत होण्यासाठी.

३) तर्पण व पुटपाक

तर्पण व पुटपाक हे उपक्रम नेत्रविकारांसाठी लाभदायक आहेत. यामध्ये तर्पणद्रव्य म्हणून दूध, तूप, औषधी वनस्पतींचा स्वरस वापरतात.

विधी : रुग्णाच्या दोन्ही डोळ्यांभोवती उडीदाच्या पीठाची गोलाकार पाळी बनवितात व नंतर डोळे मिटलेल्या स्थितीत ठेवून दोषानुसार औषधांनी सिद्ध केलेले दूध, तूप गरम करून त्यामध्ये ओततात. पापण्यांचे केस व भुवयांचे केस त्या तर्पण द्रव्यामध्ये पूर्ण बुडतील इतके ते ओततात. यानंतर दोषानुसार ठरावीक वेळेसाठी ते द्रव्य तितका वेळ राहू देतात. किती काळ ठेवावे हे वैद्य ठरवित असतो, नंतर डोळ्याच्या एका बाजूने छिद्र करून तेथून तो तर्पणद्रव्य बाहेर काढून भांड्यात जमवितात; नंतर कफ शोधनासाठी धूमपान देऊन नंतर गरम पाण्याने तोंड धुण्यास सांगतात.

उपयोग : डोळ्याला कोरडेपणा येणे, डोळ्यांच्या ठिकाणच्या शिरा दिसणे, पापण्यांचे केस गळणे, अश्रू नाहीसे होणे, डोळे लाल होणे, डोळ्याला घाण येणे, चष्म्याचा नंबर कमी करणे, डोळे चिकटणे यामध्ये तर्पण लाभदायी ठरते.

४) पुटपाक

नेत्रव्याधीसाठी हा उपक्रम करतात. याचा विधी हा तर्पणाप्रमाणेच आहे; परंतु, यामध्ये दूध, तूप न वापरता, प्राण्याचे मांस व औषधीकल्क एकत्र करून यांना झाडाच्या पानांमध्ये गुंडाळून नंतर चिकणमातीचा लेप करतात व या गोळ्याला निखाऱ्यात भाजतात व नंतर माती, पान काढून औषधाच्या गोळ्यांमधून रस काढतात व हा रस तर्पणाप्रमाणेच डोळ्यांमध्ये घालतात. या विधीला 'पुटपाक' म्हणतात. यांचे उपयोग तर्पणाप्रमाणेच आहेत.

५) अग्निकर्म

याला बोली भाषेमध्ये 'डाग देणे' म्हणतात.

अग्निकर्म हे त्वचा, मांस, शिरा, स्नायू, संधी याठिकाणी त्या त्या व्याधीनुसार केले जाते.

त्वचेवर अग्निकर्म : चामखीळ, तीळ, त्वचेवर असतात. त्या ठिकाणी सूर्यकांत मणी, गाईचा दात किंवा निरनिराळ्या धातूंच्या शलाका गरम करून तेथे दहन करतात.

सध्या व्यवहारामध्ये निरनिराळ्या धातू शलाका वापरून अग्निकर्म करतात. (सोन्यापासून ते कांस्यापर्यंत).

मांसावर अग्निकर्म : गाठ, मूळव्याध, भगंदर अशा अनेक व्याधींमध्ये की जे व्याधी मांसधातूच्या आश्रयाने असतात. त्याच्या ठिकाणी शलाकेने गूळ, ज्येष्ठमधाचा तुकडा यांनी अग्निकर्म करतात.

इतर ठिकाणी : स्नायू, शिरा, अस्थि यांचे छेदन केल्याने अत्यंत रक्तस्राव होत असेल तर साध्या शलाकेने शिरा, स्नायू यांच्या रचनेवर डाग देतात. त्यानंतर तेथे मध व तूप लावून थंड व स्निग्ध औषधांचे लेप लावतात. अग्निकर्म केल्यावर भाजल्याप्रमाणे त्वचा काळपट तांबूस दिसते. त्वचेवर फोड येतात; परंतु, औषधी योजना करून हा उपद्रव बरा करता येतो. काहीजण कुंभारीकौल, मृतिकाकांडी यानेही अग्निकर्म करतात. पायाच्या तळव्याला उठणाऱ्या कुरूप (Corn) साठी अग्निकर्म लाभदायी असते.

विधी : प्रथम अग्निकर्म कोणत्या ठिकाणी करावयाचे त्यानुसार साधन ठरवितात. आजकाल व्यवहारामध्ये अग्निकर्मांसाठी वेगवेगळ्या धातूशलाका वापरतात. प्रथम अग्निकर्म करावयाच्या ठिकाणी तेल लावतात; नंतर शलाकेच्या एका टोकाला मंदाग्नि देतात व दुसरे टोक अग्निकर्म ज्याभागी करावयाचे त्याठिकाणी ठेवतात. शलाका ही चिमट्यात धरावयाची असते. हळूहळू अग्निचे एका टोकापासून दुसऱ्या टोकापर्यंत वहन होऊन अग्निकर्म होते. अपेक्षित परिणाम साध्य झाल्यानंतर त्याठिकाणी शीत व स्निग्ध औषधांचे लेप लावतात.

६) शिरोधारा

शिर म्हणजे डोके व धारा म्हणजे धार. डोक्यावर औषधी तेल, काढे यांची धार घालणे म्हणजे 'शिरोधारा करणे' होय. यासाठी औषधीसिद्ध तेले, काढा, औषधीसिद्ध ताक वापरतात. दोषानुरूप, व्याधीनुसार कोणत्या द्रव्याने धार घालावयाची हे वैद्य ठरवितो. द्रव गरम अथवा गार दोन्ही प्रकाराने वापरतात.

विधी : रुग्णास झोपवून रुग्णाच्या कपाळावर शिरोधारायंत्राने जो औषधी द्रव्य वापरला असेल त्या द्राव्याची धार सोडतात. रुग्णाच्या डोळ्यांमध्ये तो जाऊ नये म्हणून डोळे झाकून घेतात. तो औषधी द्राव खाली एका भांड्यात जमा करतात व नंतर तो परत शिरोधारायंत्रात घालतात. शिरोधारायंत्र ठरावीक उंचीवर अडकविलेले असते. धार ही बारीक व हळूहळू सोडणे गरजेचे असते.

उपयोग : मानसिक आजार, ब्लडप्रेशर वाढणे, केसांचे आजार, निद्रानाश, मतिमंदत्व, बोलण्यातील दोष, डोक्यामध्ये पुरळ उठणे.

वरील उपक्रम हे व्याधी बरा करण्यास साहाय्य करतात; यामुळे दोषांचे समूळ उच्चाटन होत नाही; परंतु, तत्काळ उपशय देतात; म्हणून चिकित्सेमध्ये यांनाही महत्त्व आहे.

अशा प्रकारे आयुर्वेदाविषयी थोडक्यात व आपल्याभाषेमध्ये सांगण्याचा प्रयत्न केलेला आहे; तर हे आपणासर्वांना आवडेल अशी आशा बाळगते.

संदर्भसूची

१) आयुर्वेद पंचकर्म विज्ञान, लेखक-हरिदास श्रीधर कस्तुरे, प्रकाशक-श्री.वैद्यनाथ आयुर्वेद भवन लिमिटेड

२) दृष्टार्थ अष्टांगसंग्रह-सूत्रस्थान, लेखक-प.ग.आठवले, प्रकाशक-गोदावरी पब्लिशर्स ॲन्ड बुक प्रमोटर्स

३) दोषधातू मल विज्ञान, लेखक-गो.आ.फडके

४) भावप्रकाश-पूर्वाध, लेखक-श्री. ब्रह्मशंकर मिश्र, प्रकाशक-चौखम्भा संस्कृत संस्थान

५) सुश्रुतसंहिता-पूर्वाध, लेखक-अम्बिकादत्तशास्त्री, प्रकाशक- चौखम्भा संस्कृत संस्थान, वाराणसी

लेखक–परिचय

वैद्या वर्षा संजय माळी

व्यवसाय	:	वैद्यकीय व्यवसाय. २००६ सालापासून माणगाव, जि. रायगड येथे वैद्यकीय व्यवसाय करत आहेत.
शिक्षण	:	२००५ साली कोल्हापूर येथून बी.ए.एम.एस. ही पदवी संपादन. २०१३ साली मुंबई (इग्नू) येथून एम.ए. (Counselling Psychology) मध्ये केले.
इतर	:	शाळा व महाविद्यालयांमध्ये Stress Management पौगंडावस्थेतील समस्या व उपाय तसेच इतर विषयांवर मार्गदर्शनपर व्याख्याने. वृत्तपत्रांमध्ये आयुर्वेदामधील वेगवेगळ्या विषयांवर लेख.
पत्ता	:	डॉ. माळी हॉस्पिटल, निजामपूर रोड, माणगाव, जि. रायगड ४०२ १०४ मोबा.–९४२०६५०४३०

डायमंड पब्लिकेशन्सची आरोग्यविषयक पुस्तके

मूल्य : २००/-

औषधी वनस्पती

प्रा. ए. पी. चौधरी, प्रा. अर्चना चौधरी
डॉ. अभिजित चौधरी

मूल्य : २००/-

सौंदर्यसाधना

प्रा. ए. पी. चौधरी, प्रा. अर्चना चौधरी

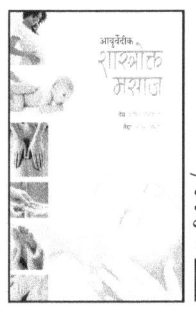

मूल्य : २००/-

आयुर्वेदीक शास्त्रोक्त मसाज

वैद्य योगेश गोडबोले, वैद्या मंजिरी जोशी

मूल्य : २००/-

लेडीज जिम

डॉ. दिलीप पाखरे

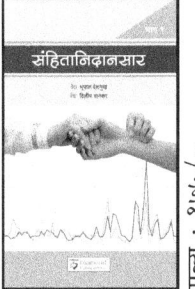

मूल्य : २७५/-

संहितानिदानसार (भाग-१)

वैद्य भूपाल देशमुख, वैद्य दिलीप मानकर

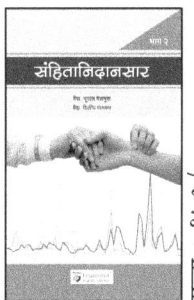

मूल्य : २५०/-

संहितानिदानसार (भाग-२)

वैद्य भूपाल देशमुख, वैद्य दिलीप मानकर

www.ingramcontent.com/pod-product-compliance
Lightning Source LLC
Chambersburg PA
CBHW071221170626
46809CB00005BA/1893
* 9 7 8 8 1 8 4 8 3 6 4 8 6 *